द कोचिंग हॅबीट

कमी बोला, जास्त प्रश्न विचारा आणि नेतृत्व करण्याची आपली पद्धत कायम स्वरूपी बदलून टाका

डू मोअर ग्रेट वर्क
या बेस्टसेलर
पुस्तकाचे लेखक

मायकल बंगे स्टेनियर

'या पुस्तकाचे वाचन करा आणि त्याचा प्रत्यक्षात वापर करा.'
टिम फेरिस, द ४ अवर वर्क वीकचे लेखक

द कोचिंग हॅबीट

कमी बोला, जास्त प्रश्न विचारा आणि नेतृत्व करण्याची आपली पद्धत कायमस्वरूपी बदलून टाका

प्रथम आवृत्ती : नोव्हेंबर 2022

अनुवादक : **पराग पोतदार**

प्रकाशक : वॉव पब्लिशिंग्ज् प्रा. लि. पुणे

मुद्रक : ट्रिनिटी अकादमी, पुणे

ISBN - 978-93-90607-72-3

'The Coaching Habit' या मूळ इंग्रजी पुस्तकाचा मराठी अनुवाद

The Coaching Habit
by Michael Bungay Stanier

अनुक्रमणिका

बॉक्स ऑफ क्रेयॉन्समध्ये आम्ही कार्यमग्न व्यवस्थापकांना काही व्यावहारिक साधने उपलब्ध करून देतो. त्यामुळे अवघ्या दहा मिनिटांत किंवा त्याहीपेक्षा कमी वेळेत ते आपल्या संघाला प्रशिक्षण देऊ शकतात.

प्रत्येक व्यवस्थापक आणि संघाचे नेतृत्व करणाऱ्या नायकासाठी एक पायाभूत कौशल्य म्हणजे प्रशिक्षण आहे. जेव्हा लोक प्रशिक्षणाला आपल्या दैनंदिन कामाचा एक भागच बनवतात, तेव्हा त्यांच्या संघाचे साहस, एकाग्रता आणि लवचीकता निश्चितपणाने वाढते. त्यामुळे कमी मेहनत करूनदेखील अधिक प्रभावी म्हणून सिद्ध करण्यासाठी ते इतरांची (आणि स्वतःचीही) मदत करू शकतात. 'बॉक्स ऑफ क्रेयॉन्स'च्या प्रशिक्षण कार्यक्रमासंदर्भात अधिक जाणून घेण्यासाठी आपण BoxOfCrayons.biz वरून माहिती घेऊ शकता.

तुम्हाला 'बॉक्स ऑफ क्रेयॉन्स'चे प्रशिक्षण कार्यक्रम खरेदी करायचे आहेत का? खूपच छान! आम्ही या बाबतीत तुमची नक्कीच मदत करू शकतो. 'द कोचिंग हॅबिट'ला आपण आपल्या आवडीनुसार शोधू शकता आणि त्याचे 'को-ब्रँडिंग'सुद्धा करू शकता. अधिक माहितीसाठी आमच्याशी orders@boxofcrayons.biz वर संपर्क साधावा.

कौतुकाचे दोन शब्द

मायकल बंगे स्टेनियर यांनी आपल्या सात प्रमुख प्रश्नांच्या माध्यमातून प्रशिक्षणाचे सार सादर केलेले आहे. जर तुम्ही त्यांच्या साध्या सोप्या परंतु गहन अशा तंत्रांवर प्रभुत्व मिळवले तर तुम्हाला दुहेरी लाभ मिळेल. आपण अधिक प्रभावशाली पद्धतीने आपल्या कर्मचाऱ्यांचे आणि सहकाऱ्यांचे सहकार्य मिळवू शकाल. तुम्हाला जाणवेल की तुम्ही तुमचे सर्वांत मोठे प्रशिक्षक बनला आहात.

- डॅनियल एच. पिंक, 'टू सेल इज ह्यूमन आणि ड्राईव्ह'चे लेखक

कोचिंग ही एक कला आहे, पण ती जितकी वाटते तितकी ती सोपी मात्र नाही. सल्ला देणे, उत्तर देणे किंवा समाधान मिळवण्यापेक्षाही प्रश्न उपस्थित करणे खूप अधिक अवघड असते. समोरच्याला आपला रस्ता स्वतः शोधण्यासाठी, आपल्या वाट्याला येणाऱ्या कामात चुका करण्यासाठी, आपला विवेक स्वतःच प्राप्त करण्याची संधी मिळवून देणे हे शौर्याचे आणि अतिसंवेदनशीलतेचे काम आहे. त्याचप्रमाणे, सतत दुसऱ्यांना 'सुधारणा करा' हे सांगण्याच्या सवयीला लगाम घालण्याचाही हा प्रयत्न आहे. या व्यावहारिक आणि प्रेरणादायी अशा पुस्तकामध्ये मायकल यांनी परिवर्तन घडवून आणणारे सात प्रश्न उपस्थित केलेले आहेत. नेतृत्व आणि सहयोग करण्याच्या आपल्या प्रस्थापित पद्धतीत आमूलाग्र बदल घडवून आणण्याची त्यात क्षमता आहे. या एका अवघड पैलूचा आपल्या व्यक्तिमत्त्वात समावेश व्हावा म्हणून मायकल आपल्याला मौलिक असे मार्गदर्शनही करतात. पुस्तकातील नव्या माहितीकडे कोणत्या दृष्टीने पाहायला हवे आणि त्या गोष्टी आपल्या सवयींमध्ये व दैनंदिन अभ्यासात कशा आणाव्यात याची दिशाही ते देतात.

- ब्रेने ब्राऊन, 'रायजिंग स्ट्राँग आणि डेअरिंग ग्रेटली' या पुस्तकाच्या लेखिका

एक उत्तम लीडर बनण्यासाठी आपण काय करू शकता? हा प्रश्न उपस्थित करून मायकल महत्त्वाकांक्षी नेत्यासमोर विचारप्रवृत्त करणारे सात असे प्रश्न आणि त्याची उत्तरे उपस्थित करतात. नेतृत्वाशी संबंधित सवयी त्यातून बदलतात. या पुस्तकामध्ये खूप सारे व्यावहारिक, उपयुक्त आणि रोचक असे प्रश्न, विचार आणि संसाधने सादर केलेली आहेत. अधिक उत्तम बनण्यासाठी आणि स्वतःचा विकास घडवून आणण्यासाठी प्रयत्नशील असणाऱ्या प्रत्येक नेत्यासाठी ते

मार्गदर्शक ठरणारे आहे.

- डेव उल्रिक, 'द व्हाई ऑफ वर्क अँड द लीडरशिप कोड'चे सहलेखक

मायकल यांची समज अतिशय सखोल आहे, त्यांच्याकडे हजरजबाबीपणा आहे, विचारांची स्पष्टता आहे आणि प्रशिक्षणाविषयी जे समर्पण आहे, ते या पुस्तकातून झळाळून वर आलेले दिसते. ज्याला दुसऱ्यांची मदत करावीशी वाटते, अशा प्रत्येकासाठी हे पुस्तक म्हणजे एक मार्गदर्शक पुस्तिका आहे. या क्षेत्रात मला चाळीस वर्षांहून अधिक काळाचा अनुभव असूनदेखील कोचिंगची सवय समजून घेतल्यानंतर मला अनेक नव्या गोष्टी शिकण्याची संधी मिळाली.

- डेविड एलन, 'गेटिंग थिंग्ज डन'चे लेखक

लोकांच्या समोर तेच तेच जुने घासून गुळगुळीत झालेले प्रशिक्षणासंबंधीचे विचार प्रस्तुत करणाऱ्या पुस्तकांची आपल्याकडे अजिबात कमतरता नाही. परंतु 'द कोचिंग हॅबिट' हे पुस्तक मात्र या सगळ्यांमध्ये आशेचा नवा किरण घेऊन येणारे पुस्तक आहे. मॅनेजरचे रूपांतर एका प्रशिक्षकामध्ये करून छोट्या छोट्या सोप्या दैनंदिन सवयी लावण्याच्या शाश्वत प्रयत्नांचे रूप देणाऱ्या व्यावहारिक ज्ञानाचा एक खजिना म्हणून या पुस्तकाकडे पाहावे लागेल. जर तुमच्यातील नेतृत्वक्षमतेला तुम्हाला एका वेगळ्या उंचीवर घेऊन जायचे असेल तर आपण हे पुस्तक आवर्जून वाचायला हवे.

- जेसिका एमोरेटेगुई, वरिष्ठ संचालक, 'लर्निंग अँड डेव्हलपमेंट', लॉजिटेक

प्रशिक्षणावर अशी ढीगभर पुस्तके आहेत, जी अर्धीमुर्धी वाचून झाल्यानंतर कप-टामध्ये धूळ खात पडून राहतात. परंतु मायकल बंगे स्टेनियर यांनी लिहिलेले हे पुस्तक तुम्हाला सुरुवातीपासून शेवटपर्यंत खिळवून ठेवते. वाचायला सोपे, साहसाला आव्हान देणारे, स्पष्टता असणारे, खरेपणाचा समावेश असलेले आणि आपलेपणाने परिपूर्ण असलेले हे पुस्तक सहकारी आणि आपल्या कुटुंबातील सदस्यांसमवेत संवाद साधण्याची आपली पद्धती बदलून टाकते. सहजतेने समजावे आणि हसत खेळत शिकवणारे असावे असे प्रशिक्षणासंदर्भातील एखादे पुस्तक वाचायचे असल्यास हे पुस्तक जरूर वाचायला हवे.

- जोएन मॅक्नेली मायर्स, व्हाईस प्रेसिडेंट, ह्यूमन रिसोर्स, टिम हॉर्टन्स

आजच्या काळामध्ये प्रशिक्षणाचे महत्त्व सांगणाऱ्या पुस्तकांची, संशोधन अहवालांची आणि संपादकीय लेखांची भारंभार रेलचेल आहे. 'योग्य पद्धत' म्हणून

ज्यांचे गुणगान केले जाते त्या गोष्टींमुळे विद्यार्थी आणि व्यावसायिक हे दोघेही त्या दृष्टिकोन, प्रणाली आणि संरचनांमुळे भ्रमित होतात आणि त्यांची दिशाभूलही होत जाते. मायकल बंगे स्टेनियर यांनी आपल्या नव्या पुस्तकाच्या माध्यमातून हा भ्रम दूर करण्यासाठी आकलनासाठी सोप्या पद्धतीने आणि वास्तववादी लेखन केलेले आहे. यातील अनेक गोष्टी प्रभावी पद्धतीने अमलात आणणेही शक्य आहे हे लक्षात येते. शिकण्याची आस असणारे विद्यार्थी, व्यावसायिक आणि व्यवस्थापकांना एक सशक्त आणि उपयोगी माध्यम म्हणून हे पुस्तक उपयुक्त ठरेल, असा मला विश्वास वाटतो.

- स्टुअर्ट क्रॅब, डायरेक्टर, लर्निंग अँड डेव्हलपमेंट, फेसबुक

हे केवळ एखादे पुस्तक नाही तर हा तुमच्या अंतरात्म्याचा आवाज आहे. आपल्याला महानतेच्या दिशेने जाण्याचा मार्ग दाखवणारा हा देवदूत आहे. एक चांगला प्रशिक्षक बनणे हे केवळ कौशल्य नाही तर त्याहीपेक्षा बरेच काही आहे. ही एक मानसिकता आहे. जीवन जगण्याची एक पद्धती आहे. मायकल यांनी आपल्या वाचकांच्या समोर हे सारे कलात्मक कहाण्या, व्यावहारिक उदाहरणे आणि सिद्ध झालेल्या पद्धतींद्वारे प्रभावशाली पद्धतीने मांडले आहे. खरोखरीच ज्यांना काही बदल घडवायचे असतील अशा प्रशिक्षकांसाठी हे खरोखरीच आवश्यक असे पुस्तक आहे.

- सिनेड कॉन्डन, हेड, ग्लोबल परफॉर्मन्सेस इनेबलमेंट, सीए टेक्नॉलॉजीस.

'द कोचिंग हॅबिट' हे अतिशय मजेदार, जोरदार, व्यावहारिक, संस्मरणीय, वर्तमानातील व्यवहार विज्ञानावर आधारित असे पुस्तक आहे. माझ्या कामाची पद्धती आणि सहकाऱ्यांसमवेत काम करण्याच्या दृष्टीने मला हे पुस्तक खूप मौल्यवान वाटले.

- जेम्स स्लेजक, एक्झिक्युटिव्ह डायरेक्टर, स्ट्रॅटेजी, न्यूयॉर्क टाईम्स

प्रशिक्षणाचा उद्देश आणि अभ्यास हा विषय इतर लोक अवघड बनवून टाकतात. तिथे मायकल बंगे स्टेनियर मात्र महान नायक असलेल्या व्यक्तिमत्त्वांच्या एका अनिवार्य अशा सवयीचा व्यावहारिक आणि सरळ दृष्टिकोन स्पष्ट करतात. सभ्यता आणि सौजन्याने शोध घेण्याच्या कलेशी जोडलेल्या संशोधनाच्या संबंधात सुस्पष्ट माहिती त्यांनी दिलेली आहे. त्याच्या जोडीला एकत्रितपणे मिळून काम करण्यासाठी कर्मचाऱ्यांमध्ये एक प्रामाणिक बांधिलकीची भावना विकसित

करण्यामध्ये ही कला किती महत्त्वाची ठरू शकते याविषयी मौलिक भाष्य केलेले आहे. 'द कोचिंग हॅबिट' हे अतिशय मजेशीर पुस्तक आहे. मला नव्या सवयी अंगीकारण्यासाठी या पुस्तकाने नवी प्रेरणा दिली.

- डाना वुड्स, सीईओ, अमेरिकन असोसिएशन ऑफ क्रिटिकल केअर नर्सेस

नेतृत्वाची जादू ही दररोजच्या संवादात असते. 'द कोचिंग हॅबिट' या पुस्तकाच्या माध्यमातून मायकल बंगे स्टेनियर यांनी एक अतिशय सोपे परंतु शक्तिशाली साधन (केवळ सात प्रश्न) उपलब्ध करून दिले आहे. आपल्या संघाला महानतेच्या दिशेने घेऊन जाण्यासाठी प्रत्येक प्रशिक्षकाला यातून मोठी मदत मिळणार आहे.

- अँड्र्यु कोलियर, हेड, लीडरशिप डेव्हलपमेंट, नेस्ले

खूपच सुंदर... पण मला जेव्हा याची गरज होती तेव्हा हे पुस्तक होते कुठे? हे पुस्तक वाचल्यानंतर माझ्या मनात पहिल्यांदा हाच विचार आला. मी माझ्या करियरमध्ये नेतृत्व आणि कोचिंगवर आधारित असंख्य पुस्तके वाचलेली आहेत. परंतु या पुस्तकात ज्या पद्धतीने या विषयांवर प्रकाश टाकलेला आहे, तसा तो खूपच कमी अन्यत्र टाकलेला दिसून येतो. मला गोष्टी सोप्या पद्धतीने करण्यावर भर देणे आणि अखंड अभ्यास करणे यावर दिलेला भर आवडला. कोचिंगची सवय विकसित करण्यासाठी याच गोष्टी महत्त्वाच्या आहेत. बहुतेक लीडर ज्या गोष्टींना जटिल मानतात, मायकल यांनी त्या अगदी सोप्या केल्या आहेत. मग तुम्ही नवखे नायक असा किंवा अनुभवी, त्या प्रत्येकाने हे पुस्तक आवर्जून वाचायला हवे.

- मॉनिक बॅटमेन, सिनीयर वाईस प्रेसिडेंट, टीडी बँक ग्रुप

'द कोचिंग हॅबिट' हे पुस्तक म्हणजे कायम व्यग्र असणाऱ्या व्यवस्थापकांना व्यावहारिक प्रशिक्षणाचे सार सांगणारे पुस्तक आहे. कोणताही अमूर्त सिद्धांत, कंटाळवाणे किस्से किंवा गैरलागू असणारे काहीही सांगत न बसता दैनंदिन व्यवहारात उपयोगी पडतील अशा गोष्टी सांगण्यावर यात भर दिलेला आहे. आपण दहा मिनिटे किंवा त्याहीपेक्षा कमी वेळात प्रशिक्षण द्यावे यावर त्यांचा भर आहे.

- मेलिसा डेमलर, हेड, लर्निंग अँड ऑर्गनायझेशनल डेव्हलपमेंट, ट्विटर.

मायकल बंगे स्टेनियर यांनी या विषयाला अगदी योग्य रीतीने न्याय दिलेला आहे. आपण सारेच जण सवयींवर अवलंबून असणारे लोक आहोत. आपण आपले, आपल्या जीवनाचे आणि आपल्या आसपासचे जगसुद्धा सवयीच्या आधारानेच

उभे करीत असतो. 'द कोचिंग हॅबिट' हे एक मार्गदर्शक असे पुस्तक आहे. या पुस्तकाच्या मदतीने आपण कोचिंगच्या शक्तीसोबत सवयीची शक्ती जोडून इतरांच्या सोबतीने आणि त्यांच्या माध्यमातूनसुद्धा अधिक परिणाम घडवून आणू शकतो. हे पुस्तक आपण नुसते वाचून भागणार नाही, तर त्याचा अभ्यास करून त्याचा अवलंबदेखील करावा लागेल. या पुस्तकाला तुमच्या डेस्कवर ठेवा आणि आपली कोचिंगची सवय विकसित करा.

- मिशेल मिलान, सीईओ, एक्झिक्युटिव्ह प्रोग्राम्स, रॉटमॅन स्कूल ऑफ मॅनेजमेंट, टोरांटो युनिव्हर्सिटी.

हार्लन हॉवर्ड म्हणणात, की प्रत्येक लोकगीतामध्ये तीन स्वर आणि सत्य उपस्थित असतात.

हे पुस्तक आपल्याला सात प्रश्न आणि त्यांच्या सहयोगाने काम करण्याची अशी पद्धत विकसित करण्याचे तंत्र उपलब्ध करून देते, ज्यामुळे आपण दररोज फारशी मेहनत न करता अधिक प्रभावी परिणाम प्राप्त करू शकता.

या पुस्तकाचा उद्देश केवळ आपल्याला एक चांगला प्रशिक्षक बनवण्याचा नाही तर एक चांगला नेता, एक उत्तम व्यवस्थापक आणि एक अशी व्यक्ती बनवण्याचे आहे, जी बऱ्याच अंशी उत्तम प्रशिक्षकासारखीच असेल. याचा अर्थ हा आहे, की ही सोपी वाटणारी पण अवघड अशी सवय आत्मसात करायची आहे, आपली उत्सुकता टिकवून ठेवताना सल्ला देण्याची व पाऊल उचलण्याची घाई न करता. हे एक व्यावहारिक पुस्तक आहे आणि हे वाचण्यासाठी तुम्हाला फारसा वेळ लागणार नाही. मला खात्री आहे हे पुस्तक आपल्याला नक्की आवडेल.

आपल्याला प्रशिक्षणाची सवय हवी

आपल्या कर्मचाऱ्यांना प्रशिक्षित करणे हे व्यवस्थापक आणि नेता या दोघांसाठी खूप गरजेचे असते हे सारेच जण जाणतात.

नेतृत्वावर प्रकाशित होणाऱ्या विविध साहित्यामध्ये याविषयीचे असंख्य लेख आपल्याला सहज उपलब्ध होतात. या क्षेत्रातील जाणकार आणि तज्ज्ञ यांच्या मते, प्रशिक्षण देणारे नायक ही अत्यंत आवश्यक अशी बाब आहे. आणि असे वाटते की, मूरच्या नियमानुसार, एक्झिक्युटिव्ह प्रशिक्षकांची संख्या सातत्याने वाढत चालली आहे. हे प्रमाण इतके आहे की, डिलबर्ट (अमेरिकन कॉमिक स्ट्रीप)मध्येसुद्धा प्रशिक्षणाची खिल्ली उडवण्यात आलेली आहे. मुख्य प्रवाहातील यशस्वितेचे यापेक्षा विश्वसनीय उदाहरण दुसरे कुठलेही नसेल.

भावनिक बुद्धिमत्ता (इमोशनल इंटेलिजन्स) ही संकल्पना लोकप्रिय करणारे मनोवैज्ञानिक आणि पत्रकार डॅनियल गोलमॅन यांनी १५ वर्षांपूर्वी 'हॉर्वर्ड बिझनेस रिव्ह्यु'मध्ये एक लेख लिहिला होता. त्या प्रकाशित लेखामध्ये त्यांनी 'लीडरशिप दॅट गेट्स रिझल्ट्स'च्या माध्यमातून या दिशेने पहिले मोठे पाऊल उचलले होते. गोलमॅन यांच्या मते, नेतृत्वाच्या प्रमुख सहा शैली आहेत. यातील एक प्रशिक्षण आहे. कर्मचाऱ्यांची कामगिरी, संघामधील सांस्कृतिक वातावरण आणि बॉटम लाईन (सर्वांत महत्त्वपूर्ण /बॅलन्सशीटची शेवटची साखळी) या सगळ्यांवर त्याचा खूप उल्लेखनीय असा सकारात्मक प्रभाव पडतो. परंतु नेतृत्वशैलीचा वापर सर्वांत कमी होतो. परंतु, असे का? हे स्पष्ट करताना गोलमॅन लिहितात, नेतृत्व करणाऱ्या बहुतांश लोकांनी आम्हाला सांगितले की, प्रचंड दबाव असणाऱ्या वर्तमान अर्थव्यवस्थेमध्ये लोकांना शिकवण्यासाठी आणि पुढे जाण्यासाठी, त्यांना मदत करण्यासारख्या संथ गतीने होणाऱ्या आणि दमवणाऱ्या कामासाठी त्यांच्याकडे

वेळच नाही.

आणि हो, ही २००० सालातील त्या सुखद आणि शांततापूर्ण काळातील गोष्ट आहे, ज्या वेळी ई-मेल ही सुविधा आजच्यासारखी शाप बनलेली नव्हती. उलट एक वरदान म्हणून त्या सुविधेकडे पाहिले जात होते. जागतिकीकरण हे अगदी सुरुवातीच्या टप्प्यात होते आणि आपण सगळ्यांनी आपला आत्मा स्मार्टफोनला विकलेला नव्हता. या दिवसांत जगभरातील व्यस्त व्यवस्थापकांसमवेत काम करण्याचा माझा अनुभव असे सांगतो की, जर खरोखरीच काही झाले असेल तर हे की, गोष्टी अधिक चांगल्या होण्याऐवजी आता आधीपेक्षा वाईट झालेल्या आहेत. आमच्या समस्या आधीपेक्षा कितीतरी अधिक वाढलेल्या आहेत. आज आपल्याकडे प्रशिक्षण हा शब्द सहजपणाने वापरला जात असला तरी प्रत्यक्षातील प्रशिक्षण अजूनही कमीच होते. त्यातही जेव्हा प्रशिक्षणाचा वापर होतो, तेव्हा त्याचा पुरेसा प्रभाव पडत नाही, असेच लोकांना वाटत असते.

आपण कदाचित पहिल्यांदाच प्रयत्न करून पाहिला आहे आणि त्यात अपयश आलेले आहे

यापूर्वीच्या काळात प्रशिक्षणाशी तुमचा परिचय कोणत्या ना कोणत्या स्वरूपात नक्की झालेला असणार. 'लीडरशिप डेव्हलपमेंट फर्म ब्लेसिंग व्हाईट'ने २००६ साली केलेल्या संशोधनानुसार, ७३ टक्क्यांपेक्षा अधिक व्यवस्थापकांनी कोणत्या ना कोणत्या स्वरूपात कोचिंग देण्याचे प्रशिक्षण निश्चितपणाने घेतलेले असते. इथपर्यंत ठीक आहे. परंतु असे वाटते की, कोचिंग देण्याचे हे प्रशिक्षण फारसे चांगले मिळालेले नसावे. कारण प्रशिक्षण देणाऱ्या केवळ २३ टक्के लोकांनी... हो हो, एक चतुर्थांश पेक्षा कमी लोकांना असे वाटते की, या प्रशिक्षणाने त्यांच्या सादरीकरणात आणि कामाच्या समाधानात काहीही विशेष परिणाम झालेला नाही. दहा टक्के लोकांनी तर चक्क असेही सांगितले की, त्यांना जे प्रशिक्षण मिळाले, त्याचा त्यांच्यावर नकारात्मक प्रभाव पडला आहे. (अशा पद्धतीच्या बैठकांना गेल्यानंतर कसे वाटत असेल याची आपण कल्पना करू शकता का? मी आपल्या प्रशिक्षण कार्यक्रमात सहभागी होऊन अधिक संभ्रमित आणि कमी प्रेरित होण्याची अपेक्षा करतो.)

सारांशरूपाने सांगायचे झाले तर,

कदाचित आपल्याला खूप प्रभावी ठरेल असे प्रशिक्षण मिळत नाही आणि कदाचित आपण खूप प्रभावी प्रशिक्षण देण्यात अपयशी ठरत आहात.

माझा अंदाज आहे की, प्रशिक्षणाची सवय विकसित करण्याचा आपला पहिला प्रयत्न अयशस्वी ठरण्यामागे किमान तीन कारणे आहेत. पहिले कारण म्हणजे, कोचिंग देण्याचे जे प्रशिक्षण आपल्याला मिळाले आहे, ते कदाचित व्यावहारिक कमी आणि सैद्धांतिक अधिक होते. ते खूप किचकट होते, थोडे कंटाळवाणेही होते आणि आपल्या व्यस्त दिनक्रमातील वास्तवापासून खूप दूर होते. अर्थात अशा प्रशिक्षणाच्या वेळी आपले लक्ष स्वाभाविकपणाने ई-मेलचा बैकलॉक दूर करण्याकडे गेलेले असणार.

आणि जर आपले प्रशिक्षण चांगले सुरू असेल, तरीही दुसरे कारण असे असू शकते की, त्याच गोष्टी नव्या पद्धतीने कशा करायच्या, याचे जे प्रशिक्षण मिळाले होते, त्या नव्या अंतर्दृष्टीचा प्रत्यक्षात वापर कसा करायचा हे जाणून घेण्याचा आपण फारसा प्रयत्न केला नाही. त्यामुळे जेव्हा हे प्रशिक्षण घेऊन आपण पुन्हा ऑफिसमध्ये आला असाल, तेव्हा ऑफिसमधील परिस्थितीने तुम च्यावर कब्जा मिळवला असेल. त्यामुळे नवी पावले उचलण्याच्या मार्गावर अनेक अडथळे निर्माण झालेले असतील आणि पुन्हा एकदा तुम्ही जुन्याच पद्धतीने काम करीत असणार.

तिसरे कारण असे असू शकते की, कमी सूचना देण्याचा आणि अधिक प्रश्न विचारण्याच्या व्यवहारासंबंधातील बदल वरकरणी खूप सोपा वाटत असला, तरीही वास्तवात मात्र तो खरोखरीच खूप अवघड असा बदल असतो. दुसऱ्यांना सल्ले देऊन प्रमोशन आणि कौतुक मिळवण्याची तुम्हाला वर्षानुवर्षांची सवय लागलेली आहे आणि ज्याचे योगदान खरोखरीच महत्त्वपूर्ण आहे अशी व्यक्ती म्हणून तुमच्याकडे पाहिले जाते. त्यामुळे सल्ला देण्याची भूमिका तुम्ही नेहमीच स्वतःकडे घेतल्याने त्याचे नियंत्रण तुमच्याकडेच असते. तुमच्या दृष्टीने ही बाब एखाद्या बोनसपेक्षा कमी नसते. त्याचवेळी जेव्हा तुम्ही प्रश्न विचारता, तेव्हा असे होऊ शकते की, ही बाब तुम्हाला तितकीशी निश्चिंत करणारी वाटत नसेल, ती तुमच्या खरोखरीच उपयोगी पडेल की नाही याविषयी तुम्ही काहीसे साशंक असाल. कदाचित तुम्हाला असेही वाटेल की, प्रश्न उपस्थित केल्याने संवादाची

प्रक्रियासुद्धा आता संथ झालेली आहे. तसेच संवादावरील आपले नियंत्रण आता पूर्णपणे हरवले आहे. (आणि खरोखरीच हे नियंत्रण आपण गमावतादेखील पण यालाच तर दुसऱ्यांचे 'सशक्तीकरण' म्हणतात ना!) आता इतके सांगितल्यानंतर तुम्हाला वाटू लागले असेल की हा काही फारसा चांगला मार्ग दिसत नाही.

परंतु विश्वास ठेवा, हे इतके अवघडसुद्धा नाही.

बॉक्स ऑफ क्रेयॉन्स या माझ्या कंपनीमध्ये मी आपल्यासारख्या दहा हजारांहून अधिक व्यस्त व्यवस्थापकांना व्यावहारिक प्रशिक्षणाचे कौशल्य प्रदान केलेले आहे. कालांतराने जी सत्य परिस्थिती आमच्या समोर आली, ती पुढीलप्रमाणे आहे.

* प्रशिक्षण देणे सोपे आहे. या पुस्तकात आपल्याला दिलेले सात प्रश्न तुम्हाला ज्याची गरज आहे ते जवळपास सारे काही नक्की मिळवून देतात.

* आपण एखाद्याला १० मिनिट किंवा त्यापेक्षा कमी मिनिटांमध्ये प्रशिक्षित करू शकता. आजच्या अत्यंत व्यस्त असलेल्या जगामध्ये आपल्याला १० मिनिट किंवा त्याहीपेक्षा कमी काळामध्ये प्रशिक्षित करण्यामध्ये सक्षम होणेही गरजेचे आहे.

* प्रशिक्षण ही एक अनौपचारिक आणि रोजची गोष्ट होणे गरजेचे आहे. ती अधूनमधून कधीतरी होणारी एक औपचारिक गोष्ट ठरू नये. एखाद्या दिवशी अचानक येऊन तुम्ही सांगताय, "तयार राहा. आज प्रशिक्षणाचा दिवस आहे." असे कधीही होता कामा नये.

* आपण प्रशिक्षणाची सवय विकसित करू शकता, परंतु जेव्हा नव्या सवयी विकसित करण्याची आणि त्यांना लागू करण्याची प्रमाणित प्रक्रिया तुम्हाला माहीत असेल तेव्हाच हे शक्य आहे.

परंतु गोष्टी बदलण्याचे कष्ट का घ्यायचे? आपल्याला प्रशिक्षणाची सवय विकसित करावीशी का वाटते?

हे एवढ्याचसाठी करायचे कारण...

दुसऱ्यांना मदत करणे आणि त्यांच्यातील चांगल्या शक्यतांना बाहेर काढणे हेच प्रशिक्षण या संकल्पनेचे खरे सार आहे. परंतु मला विश्वास आहे की,

आपण दुसऱ्यांची मदत करण्यासाठी कायमच आग्रही असता परंतु तरीही त्यांना प्रशिक्षण द्यायला हवे असे मात्र आपल्याला वाटत नाही.

चला तर मग हे पाहूयात की दुसऱ्यांना प्रशिक्षित केल्याने तुमचा काय फायदा होतो? वस्तुतः तुम्हाला कमी कष्टांमध्ये अधिक प्रभावी परिणाम मिळण्यासाठी मोठा हातभार लागतो. जेव्हा तुम्ही तुमच्यामध्ये प्रशिक्षणाची सवय भिनवता, तेव्हा तुम्हाला त्रासदायक ठरणाऱ्या तीन दुष्टचक्रांतून बाहेर पडणे तुम्हाला सोपे जाते. ही दुष्टचक्रे आहेत – तुमच्यावर खूप लोक अत्याधिक प्रमाणात अवलंबून असणे, खूप त्रस्त होणे आणि कामातून वेगळे होणे.

पहिले दुष्टचक्र - इतरांचे आपल्यावर नको इतके अवलंबून असणे

तुम्हाला जाणवेल की आपला संघ आपल्यावर जरा जास्तच अवलंबून राहतो आहे. ही गोष्ट आपल्यासाठी दोन तऱ्हेने मारक आहे हे लक्षात घ्या. पहिली बाब म्हणजे, आपल्यावर अधिक निर्भर राहावे म्हणून आपण आपल्या संघामधील लोकांना प्रशिक्षित केले आहे का? अशा स्थितीत ते अधिक कमकुवत होतात आणि आपण अधिकाधिक वैतागता. आपणच ही अवलंबून राहण्याची सवय लावलेली असल्याकारणाने आता तुमच्यावरच कामाचे गरजेपेक्षा जास्त ओझे येऊ लागलेले आहे. कदाचित त्यामुळेच तुमच्याच सहकाऱ्यांच्या सशक्तीकरणाच्या प्रक्रियेत तुम्हीच एक अडथळा बनून जाता. त्यामुळे सगळ्यांचाच वेग आणि प्रेरणा कमी कमी होत जाते. तुम्ही तुमच्या लोकांची जेवढी मदत करता, तेवढे ते तुमच्यावर अधिकाधिक अवलंबून राहू लागतात. त्यामुळे त्यांची मदत करण्यासाठी तुम्हाला अधिक वेळ खर्ची घालावा लागतो.

प्रशिक्षणाची सवय विकसित केल्यामुळे आपला संघ अधिकाधिक आत्मनिर्भर होत जातो. संघातली सर्वोत्कृष्ट बनण्याची भावना वाढीला लागते. आणि आपण स्वतः निष्कारण मध्ये येऊन गोष्टींचे नियंत्रण हाती घेण्याची गरज संपल्यामुळे तुम्ही सशक्तीकरणाच्या प्रक्रियेमध्ये अडथळा बनत नाही.

दुसरे दुष्टचक्र : खूप अस्वस्थ होत राहणे

असं होऊ शकतं की आपल्याकडे इतकं काम येतं की त्या कामाच्या

ओझ्यानेच तुम्ही अस्वस्थ होऊन जाता. उत्पादकता वाढवण्यासाठी आवश्यक असणाऱ्या जगभरातील सगळ्या गोष्टी तुम्हाला आत्मसात झालेल्या असल्या आणि तुम्ही त्याचे कौशल्य प्राप्त केलेले असले तरीही त्याने काहीही फरक पडत नाही. तुम्ही जितके काम कराल तितके तुमच्या मनावरील ओझे वाढतच जाते. जसजसे आपण प्रत्येक दिशेने पाऊल टाकत तुमच्या सगळे प्राधान्यक्रम निश्चित कराल, तेव्हा सातत्याने एक मीटिंग उरकून दुसऱ्या मीटिंगसाठी नुसते पळत राहाल. तुमच्या जबाबदाऱ्या निभावत राहाल आणि सातत्याने येणाऱ्या असंख्य ई-मेल सातत्याने तुमचे लक्ष विचलित करीत राहतील. लवकरच अशी एक वेळ येईल की आता तुम्ही कुठेही नीटपणाने लक्ष केंद्रित करू शकणार नाही. तुमचे लक्ष केंद्रित होणे जसजसे कमी होईल, तसे तुम्ही अधिकच अस्वस्थ होत जाल आणि जेवढे अधिक अस्वस्थ व्हाल, तेवढी कामावरची एकाग्रता कमी होईल.

प्रशिक्षणाची सवय विकसित केल्याने तुम्हाला तुमचे लक्ष केंद्रित करण्यासाठी मदत मिळेल. त्यामुळे ज्याला खरोखरीच अर्थ आहे अशी कामे करण्यासाठी तुम्ही आणि तुमचा संघ एकाग्रतेने प्रयत्न कराल. ज्या गोष्टी खरोखरीच महत्त्वाच्या आहेत, अशा गोष्टींसाठीच तुम्ही तुमचा वेळ, ऊर्जा आणि संसाधने उपयोगात आणाल.

तिसरे दुष्टचक्र : कामापासून विलग होणे

असेही होऊ शकेल की, जी खरोखरीच महत्त्वाची कामे आहेत त्यांच्यापासून तुम्हीच स्वतः दूर होऊन जाल. माझे यापूर्वीचे पुस्तक 'डू मोर ग्रेट वर्क' या नावाचे आहे. त्यामागचा मूळ सिद्धांत हाच होता की, केवळ काम पूर्ण करणे महत्त्वाचे नसते, तर तुम्हाला ते काम अधिकाधिक वेगाने पूर्ण करण्यासाठी लोकांची मदतही करावी लागेल. जर डोळ्यांसमोर निश्चित उद्देशच नसेल तर आपण जितके अधिक काम करत जाऊ, त्या कामाप्रति असणारी आपली प्रेरणा आणि त्या प्रति असणारा संबंध कमी होत जातो आणि आपला संबंध जितका कमी होतो, तितके 'महान कार्य' होण्याची शक्यता कमी कमी होत जाते.

कोचिंगची (प्रशिक्षणाची) सवय विकसित केल्याने आपल्याला व आपल्या संघाला त्या कामाशी पुन्हा जोडले राहण्यासाठी मदत मिळेल. त्यामुळे केवळ वेळच सार्थकी लागेल असे नाही, तर खरोखरीच ज्याने फरक पडतो आहे अशी कामेच प्राधान्याने केली जातील. सारे काही सोपे आहे आणि माहितीतले आहे

या संकुचित विचारांतून बाहेर पडण्यासाठीदेखील प्रशिक्षण खूप उपयुक्त ठरते. प्रशिक्षणांमुळे लोकांना आपल्या अनुभवातून शिकण्यासाठी मदत मिळतेच, पण त्याचबरोबर आपल्यातील ज्या चांगल्या गोष्टी आहेत, त्या बाहेर आणून त्यांचा विकास करणेही सोपे होऊन जाते.

तर अशा रीतीने आपण सर्व अडथळे, समस्या आणि निराशेचा सामना करीत असता. त्यामुळे प्रशिक्षणाची सवय विकसित केल्याने अधिक चांगल्या रीतीने काम करण्याच्या रोखाने आपले पाऊल टाकण्याच्या दिशेने जाण्याचा एक उपयुक्त मार्ग आहे.

लोक ज्याला शोधाचा निर्णायक क्षण मानतात तो वास्तवात प्रश्नाचा शोध घेणे असते.

- जोनस सॉल्क

सात प्रमुख प्रश्न

या पुस्तकाच्या केंद्रस्थानी आहेत ते सात प्रश्न, ते आपल्याला या दुष्टचक्रातून निश्चितपणाने बाहेर काढतील आणि काम करण्याची आपली पद्धत अधिक चांगली करतील. हे सात प्रश्न केवळ आपल्या रिपोर्टसमवेतच नव्हे तर आपले ग्राहक, वितरक, बॉस, सहकर्मी आणि इतकेच काय (कधी कधी पण याची गॅरंटी नाही) तुमचे जीवनसाथी, लहान मुले यांच्याबाबतसुद्धा प्रभावी ठरू शकतात. या प्रश्नांमध्ये बदल घडवून आणण्याची क्षमता आहे. मग ते आठवड्याचे नियोजन असो, वन टू वन मीटिंग असो, तुमची सेल्स मीटिंग असो किंवा (विशेषतः) कोणत्याही औपचारिक मीटिंगव्यतिरिक्त आपण अचानक कुणाला तरी भेटलात आणि त्यांच्याशी तुमचा संवाद सुरू झाला, तरीही हे सात प्रश्न निश्चितपणे उपयोगी ठरतात.

सुरुवातीचे प्रश्न हे (किकस्टार्ट क्वेश्चन) कोणत्याही संवादाची सुरुवात करण्याची एक पद्धती आहे. जे प्रश्नाच्या मुळाशी जाणारे असावेत आणि खुलेपणाने विचारलेले असावेत आणि काही प्रश्न (ए डब्ल्यू ई क्वेश्चन) हे जगातील प्रशिक्षणासंदर्भातील जे सर्वश्रेष्ठ प्रश्न आहेत, ते स्व-प्रबंधनासाठी

आणि इतर सहा प्रश्नांचे प्रोत्साहक म्हणून काम करतात. ध्यान केंद्रित करण्याचा प्रश्न (फोकस क्वेश्चन) आणि मूलभूत प्रश्न (फाउंडेशन क्वेश्चन) हे दोन्ही प्रश्न आव्हानांच्या मुळाशी जाण्याच्या संबंधातील आहेत. ज्या गोष्टी खरोखरीच महत्त्वाच्या आहेत, त्यावर लक्ष केंद्रित करण्यासाठी हे प्रश्न महत्त्वाचे ठरतात. आळशी प्रश्न (लेझी क्वेश्चन) आपला खूपसा वेळ नक्की वाचवतील. रणनीतीशी संबंधित प्रश्न (स्ट्रेटेजिक क्वेश्चन) हे आपल्या समवेत काम करणाऱ्यांचा वेळ वाचवतील. नंतर येतो शिकण्याशी संबंधित प्रश्न (लर्निंग क्वेश्चन). हा प्रश्न म्हणजे सुरुवातीच्या प्रश्नाच्या (किकस्टार्ट क्वेश्चन) अगदी विरुद्ध स्वरूपातील आहे. आपल्यासाठी होणारा संवाद समोरच्यासाठी उपयुक्त आहे हे निश्चित करणारा हा सातवा प्रश्न असतो.

मग करू या सुरुवात?

आपण तयार आहात का? या सातही प्रमुख प्रश्नांविषयी जाणून घेण्यास आपण उत्सुक आहात हे मी जाणून आहे. परंतु आपला व्यवहार कसा बदलायचा हे आपण आधी संक्षिप्तपणाने जाणून घेऊ या. जोपर्यंत तुम्ही उपयोग करू शकत नाही, तोपर्यंत तुम्हाला उपयोगी साधन देऊन काहीही लाभ होणार नाहीत. पुढचा अध्याय हा नव्या सवयीच्या फॉर्म्युल्यावर आधारित आहे, जो या प्रकारात आपले साहाय्य नक्की करेल. कोणत्याही नव्या सवयीची सुरुवात ही एक आरंभबिंदू असतो, तो एक नवा व्यवहार नसतो. साठ सेकंद इतके महत्त्वपूर्ण का आहेत आणि नव्या सवयीचा फॉर्म्युला आपल्याशी केंद्रित असलेल्या व्यवहार परिवर्तनाचे नवे साधन कसे बनेल, हे आपल्याला पाहायचे आहे.

सवय कशी लावावी?

यामध्ये आपण इंटरनेटवर ज्या खोट्या आणि भंपक गोष्टी दाखवल्या जातात, त्यावर अवलंबून राहण्याऐवजी व्यवहारात बदल घडवून आणणाऱ्या खऱ्या विज्ञानाविषयी जाणून घेणार आहोत.

तुम्ही लोकांना अधिक प्रश्न विचारावे आणि त्यांनी काय करायला हवे, हे कमीत कमी सांगावे हा या पुस्तकाचा मूळ गाभा आहे. परंतु सोपेपणाचा अर्थ असा नाही की, हा सगळ्या गोष्टी करणे हा डाव्या हाताचा मळ आहे. जोपर्यंत कोणताही सिद्धांत व्यवहारात कसा आणायचा, हे तुम्हाला समजत नाही, तोपर्यंत तो सिद्धांत तुमच्या दृष्टीने निरुपयोगी आहे. त्यामुळे कोणता बदल घडवायचा आहे, हे समजून घेण्यापूर्वी बदल कसा घडवायचा, हे आपण अगोदर समजून घ्यायला हवे.

कोणत्याही नव्या बदलामागची आपली भूमिका कितीही प्रामाणिक असली तरी व्यावहारिक पातळीवर आपण जे काही करीत असतो त्यात बदल घडवणे अवघड असते, हे आपण सारेच जाणतो. किंवा मग मी अशी एकमेव व्यक्ती असते जिने...

* माझ्या दिवसाची सुरुवात मी ई-मेल चेक करून करणार नाही, अशी मी शपथ घेतली आणि तरीही अर्ध्या रात्री पुन्हा मीच ई-मेल पाहत होतो.
* मानसिक शांतीसाठी योग्य शिस्तबद्ध पद्धतीने ध्यान करण्याचा निर्णय घेतला खरा, परंतु जमिनीवर बसून डोळे बंद करून श्वास घेण्यासाठी अवघ्या पाच मिनिटांचाही वेळ काढता आला नाही.
* दररोज दुपारी ब्रेक घेईन आणि शांतपणाने जेवण करेन अशी प्रतिज्ञाच केली.

परंतु कामाच्या मधल्या वेळेत कामाच्या जागेवर बसूनच सँडविच खाताना आणि की बोर्डवर सांडलेले ब्रेडचे तुकडे साफ करताना दिसून आलो.

* काही काळ दारूपासून दूर राहण्याचा निर्णय घेतला, परंतु दिवसाच्या अखेरीस ऑस्ट्रेलियन सिराज वाईनने भरलेला ग्लास हातात दिसून आला.

तुम्हाला ड्युक युनिव्हर्सिटीने केलेल्या एका संशोधनाची माहिती असेल तर तुम्हाला यात काही आश्चर्यजनक वाटणार नाही. या संशोधनानुसार, जागे असताना आपल्या कामापैकी ४५ टक्के काम हे सवयींशी संबंधित असते. वस्तुतः सारे नियंत्रण आपल्या हातात आहे हे आपण जाणून असतो, परंतु वास्तवात असे होत नाही. आपल्या चेतन अवस्थेत आपल्या व्यवहारांचे नियंत्रण आपल्याकडे नसते. कारण आपल्या अचेतन आणि चेतन मनाद्वारे आपली सारी कामे नियंत्रित होत असतात. ही एक आश्चर्यजनक बाब आहे आणि तितकीच काहीशी अस्वस्थ करणारीसुद्धा!

आपले वर्तन कसे बदलायचे याविषयीची पुष्कळ माहिती सर्वत्र उपलब्ध आहे. आणखी नेमक्या शब्दांत सांगायचे झाले तर, चुकीच्या सूचनांचे जणू रान माजले आहे आणि दरवर्षी नव्या वर्षाच्या निमित्ताने प्रत्येकजण नवनवे संकल्प करतो त्या वेळी तर ते जंगल अधिकच हिरवेगार होऊन जाते. एखादी गोष्ट सातत्याने २१ दिवस कराल तर ती तुमची सवय होऊन जाते, असे तुम्ही नक्कीच ऐकलेले असेल. हे काही खरे नाही. एखाद्या चेष्टेखोर माणसाने ही कल्पना मांडलेली आहे, पण आता त्याचा प्रसार इंटरनेटवर इतका झाला आहे की, एखादी अमानवी कल्पना जशी खऱ्या खोट्याची शहानिशा न करता सगळीकडे पसरते तसे या कल्पनेचे झालेले आहे.

आनंदाची बाब ही आहे की न्यूरोसायन्स आणि व्यवहारवादी अर्थशास्त्र (बिहेवियरल इकॉनॉमिक्स) यांच्यावर आधारित ठोस निष्कर्ष आता वाढलेले आहेत. त्यामुळे गेल्या काही वर्षांत त्या दिशेने एक सुस्पष्ट असा मार्ग आता दिसू लागलेला आहे. ही प्रभावी नवी सवय विकसित करण्यासाठी आपल्याला पाच घटकांची गरज असते. कारण, नेमका संकेत, सूक्ष्म सवय, प्रभावी अभ्यास आणि योजना.

एक शपथ घ्या

आपल्या कामाची पद्धत बदलण्याचे अवघड पाऊल आपण कशासाठी उचलत आहात? आपली पूर्वीची कामाची पद्धत बदलल्याने त्यात कोणते लाभ होणार आहेत, याची सुस्पष्ट कल्पना तुम्हाला असायला हवी. व्यवहाराची अशी पद्धत जी सोपी आहे आणि ज्यामध्ये तुम्हीही कुशलही आहात. (तुमच्या कुशलतेचा अर्थ व्यवहारात तज्ज्ञ असणे असा नाही.) गमतीची गोष्ट ही आहे की, इथे स्पष्टता म्हणजे यशस्वितेची कल्पना करणे नव्हे. परिणामांची कल्पना करण्यात आपण जर अधिक वेळ घालवाल, तर त्या परिणामांपर्यंत पोहोचण्यासाठी जी पावले उचलायची आहेत त्यासाठी आवश्यक असणारा तुमचा उत्साह कमी झालेला असेल, असे संशोधन सांगते. 'जेन हॅबिट्स : मास्टरिंग द आर्ट ऑफ चेंज' या पुस्तकामध्ये लिओ बाबोटा याने दीर्घ विचारांबाबत असा एक मार्ग सुचवला आहे, जो खरोखरीच उपयुक्त ठरू शकतो. दुसऱ्यांची सेवा करण्याशी संबंधित असणारी एक शपथ ते घ्यायला सांगतात. आपली पत्नी आणि नवजात मुलगी यांच्याबद्दलची आपली बांधिलकी जाहीर करण्यासाठी म्हणून लिओने आपली धूम्रपानाची सवय सोडली. कोणतीही नवी सवय आपल्यासाठी किती उपयुक्त ठरू शकेल याचा विचार करण्यापेक्षा ज्या व्यक्तीची तुम्हाला खरोखरीच काळजी आहे त्या व्यक्तीसाठी ती नवी सवय फायदेशीर कशी ठरेल, याचा विचार करावा.

आपले बदलाचे संकेत कोणते याचा शोध घ्या.

चार्ल्स डुहिग यांनी लिहिलेले 'द पॉवर ऑफ हॅबिट' हे पुस्तक वाचून जी अंतर्दृष्टी मिळते ती महत्त्वाची आहे. तुम्ही करीत असलेल्या कामामध्ये त्यातील कोणती गोष्ट बदलाचे कारण ठरते हे तुम्हाला माहीत नसेल, तर तुम्ही ही व्यवहारातील सवय बदलूच शकणार नाही. कारण तुम्हाला ते समजेपर्यंत तुमच्या हातून ती गोष्ट होऊन गेलेली असेल. व्यवहारात बदलाचे कारण ठरणाऱ्या गोष्टींचा आपण जितक्या सुस्पष्टपणाने शोध घेऊ, तितकीच ती माहिती आपल्यासाठी उपयुक्त ठरू शकेल. उदाहरणादाखल सांगायचे झाले तर जेव्हा मला टिमच्या मीटिंगमध्ये येण्यास सांगितले जाईल, तेव्हा 'टीमच्या मीटिंगमध्ये' असे एखादे कारण तेव्हा अधिक उपयुक्त असेल. जेव्हा टिमच्या मीटिंगमध्ये असणारी एखादी जेनी तिच्या संकल्पनेवर माझ्याकडून प्रतिसादाची अपेक्षा करेल, तेव्हा मी तिला ते सांगेन. अशी सगळी कल्पना आणि वैचारिक स्पष्टता राखल्याने एक नवीन आणि

सक्षम सवय विकसित करण्यासाठी आवश्यक असणारा प्रारंभबिंदू तुम्हाला नक्की प्राप्त होईल.

स्पष्ट आणि संक्षिप्त

जर कोणतीही नवीन सवय तुम्ही अमूर्त किंवा अस्पष्ट पद्धतीने मांडत असाल तर त्याचा कोणताही लाभ होणार नाही. जर हे करण्यासाठी खूप वेळ लागत असेल तर तुमचा शक्तिशाली मेंदू तुमच्या चांगल्या इच्छाशक्तीला कमजोर करण्यासाठीचा कोणता ना कोणता मार्ग नक्की शोधून काढेल. tinehabbits.com वरील बी. जे. फॉग यांच्या कामातून असे स्पष्ट होते की, आपल्याला जी नवीन सवय लावायची आहे, तिला आपण अशा सूक्ष्म सवयीमध्ये रूपांतरित केले पाहिजे ज्याची अंमलबजावणी करताना ६० सेकंदांपेक्षा अधिक वेळ लागू नये. खरं तर हा पहिल्या किंवा दुसऱ्या पायरीवरील बाबींमध्ये स्पष्टता आणण्याचा प्रयास आहे. त्यामुळे तुम्ही मोठ्या सवयीच्या दिशेने जाऊ शकता. स्पष्ट आणि संक्षिप्त अशा सूचनांमुळे होणारा लाभ या पुस्तकाच्या केंद्रस्थानी आहे, कारण या पुस्तकात दिलेले सात प्रश्नही असेच आहेत.

सखोल अभ्यास करा

लेखक डॅन कॉएल यांनी आपले पहिले पुस्तक 'द टॅलेंट कोड' या विषयावर लिहिले. जगातील काही ठरावीक क्षेत्रांमध्ये काही विशेष कौशल्य असणाऱ्यांचेच नाव का असते, याचा शोध घेण्याचा प्रयत्न त्यांनी संशोधनाद्वारे केला. उदाहरणार्थ – ब्राझील फुटबॉलसाठी ओळखले जाते, मॉस्को हे महिला टेनिससाठी, न्यूयॉर्क हे संगीतासाठी (ज्युलियार्ड स्कूल). ही तिन्ही प्रतिभेची केंद्रे आहेत आणि त्यामागे एक विशेषकारक असे काही तरी कारणीभूत होते. चांगला अभ्यास करायचा कसा, याची समज विकसित होणे याला कॉएल 'गहन अभ्यास' म्हणतात. गहन अभ्यासाचे तीन घटक असतात. ते पुढीलप्रमाणे :

* एखाद्या मोठ्या कृतीच्या छोट्या छोट्या भागांचा अभ्यास करणे. (उदाहरणार्थ, संपूर्ण टेनिस सर्व्हिसचा अभ्यास करण्याऐवजी फक्त बॉल उंच उडण्यासंदर्भातच अभ्यास करणे.)
* तीच गोष्ट पुन्हा... पुन्हा... आणि पुन्हा करत राहणे, वेगाने करा, हळूहळू करा, वेगवेगळ्या पद्धतीने करा, परंतु ती कृती वारंवार करा.

* आणि शेवटी सावध राहा. कोणत्या वेळी अपेक्षित गोष्ट अधिक चांगल्या तऱ्हेने होते आहे यावर लक्ष ठेवा. जेव्हा हवे तसे होईल, तेव्हा यशस्वी झाल्याचे सेलिब्रेशन करा. पण त्यासाठी आपण लगेच मोएट शँपेन खरेदी करण्याची गरज नाही. आनंद आणि यश व्यक्त करण्यासाठी मूठ वळून हवेत फिरवणेसुद्धा पुरेसे ठरू शकते.

कृपया तुमच्या पुढच्या पत्रात मला काही चांगला सल्ला द्या. मी वचन देतो की मी तोसुद्धा मानणार नाही.

- एडना सेंट विसेंट मिले

योग्य रस्त्यावर परत येण्याची योजना आखा

जेव्हा तुम्हाला एखादी ठेच लागते- ठेच प्रत्येकाला आयुष्यात लागतेच- तेव्हा हार मानून मोकळे होणे ही खूप सोपी गोष्ट असते. 'मी उरलेला सगळा केक खाऊ शकतो कारण मी त्याचा एक स्लाईस तर खाल्लेलाच आहे.' जेरेमी डीन हे त्यांच्या 'मेकिंग हॅबिट्स ब्रेकिंग हॅबिट्स' या आपल्या पुस्तकामध्ये या वास्तवाला सामोरे जातात. सवय विकसित करण्याच्या प्रयत्नात आपण पूर्णपणे यशस्वी होऊच असे नाही, हे वास्तव त्या दाखवून देतात. एक ना एक दिवस असा नक्की, येईल जेव्हा आपण चुकीचे वागू. जेव्हा असे होईल तेव्हा काय करायचे, हे आपण जाणून घेणे गरजेचे आहे. जेव्हा एखादी यंत्रणा लवचीक असते, तेव्हा तिच्यापाशी अपयशांना सामोरे जाण्याचे इतर मार्गही असतात. जेव्हा एखादी चूक होईल किंवा काही तुटून जाईल तेव्हा त्या परिस्थितीपासून बचाव करण्यासाठी पुन्हा परिस्थिती पूर्वपदावर येण्यासाठी हे गरजेचे असते. त्यामुळे आपली सवय एका लवचीक अशा यंत्रणेच्या रूपात विकसित करणे गरजेचे आहे.

प्रत्येक गोष्ट सुनियोजित पद्धतीने करावी, नव्या सवयीचा फॉर्म्युला

बॉक्स ऑफ क्रेयॉन्सच्या प्रशिक्षण कौशल्य कार्यशाळेमध्ये आम्ही विशेष सवयी शोधण्यासाठी आणि त्यांच्याबद्दल प्रतिबद्ध व्हावे म्हणून सहभागी लोकांची मदत करण्यावर भर देतो. (खूपच कमी लोक व्यवहारात ज्याचा वापर करतात अशा कृती सांगण्यावर भर दिला जात नाही.) अंतर्दृष्टीवर भर देऊन या विषयात

लोकांची मदत करण्यावर आम्ही भर दिला आहे. वास्तवातील जगात ते लागू करून त्याचे परीक्षण केले आणि त्यानंतर नव्या सवयीचा फॉर्म्युला तयार करण्यात आला. आपल्या मनासारख्या नव्या व्यवहाराला स्पष्ट करून सुरू करण्याचा हा एक सोपा, सरळ आणि प्रभावी मार्ग आहे.

या फॉर्म्युल्याचे तीन भाग आहेत.

बदलाचा संकेत नेमकेपणाने ओळखणे, जुनी सवय ओळखणे आणि नव्या व्यवहाराची कल्पना स्पष्ट करणे. हे खालील पद्धतीने काम करते :

बदलाचा संकेत नेमकेपणाने ओळखणे, जेव्हा असे होते तेव्हा...

आपण जर द्विधा मनःस्थितीत आहात आणि तुमच्याकडे दोन पर्याय आहेत. पहिला म्हणजे जुना व नेहमीचा परिचयाचा व्यवहाराचा मार्ग आणि दुसरा रॉबर्ट फ्रॉस्टने सांगितलेला फारसा परिचित नसलेला मार्ग. जर आपण हा नेमका संकेत ओळखू शकला नाहीत, तर सारखेच चुकत जाल हे लक्षात घ्या. आणि या सगळ्यातून आपला व्यवहार बदलण्याची संधीसुद्धा गमावत राहाल.

आपण जितकी सुस्पष्टता राखाल, तेवढे आपल्यासाठी अधिक चांगले असेल. चार्ल्स डुहिग म्हणतात, ''बदलाचे संकेत हे प्रामुख्याने पाच प्रकारचे असतात. स्थान, वेळ, भावनात्मक अवस्था, लोक आणि आत्ताच काही काळापूर्वी केलेली कृती. आपला संकेत जाणून घेण्यासाठी या पाचपैकी कोणत्याही संकेताचा उपयोग होऊ शकतो.'' उदाहरणादाखल सांगायचे तर, एक संकेत हा असू शकतो. जेव्हा मी माझ्या साप्ताहिक मीटिंगमध्ये (वेळ) बॉब सोबत असताना (लोक) हताश होतो (भावनात्मक अवस्था) कारण, तो असे म्हणतो की वास्तवात मी याविषयी विचारच केलेला नाही. (कृती)

जुनी सवय ओळखणे, त्याऐवजी ...

जुनी सवय बदलण्यापूर्वी ती नेमकी काय होती, हे आपल्या मनाशी स्पष्ट असायला हवे. कारण आपण काय बदलू पाहतो आहोत, हे आपल्याला कळायला हवे. एकदा पुन्हा मी सांगतो ही स्पष्टता जितकी असेल तितके ते आपल्यासाठी चांगले ठरेल. उदाहरणादाखल सांगायचे झाले तर (मी वरचेच उदाहरण देतो.) मी बॉबला विचारतो, ''तू त्या अमुक गोष्टीविषयी विचार केला आहेस का?'' आणि माझ्या मनात येणाऱ्या नाराजीच्या विचारांतच मला असे जाणवते, की तो माझा

रोख कशाविषयी आहे हे समजून जाईल. त्याला मी एका छद्मी प्रश्नाचे रूप दिले आणि त्याच्यासमोर ठेवले.

नव्या व्यवहाराची भाषा साकारा : मी करेन...

नवा व्यवहार म्हणजे अशा एका व्यवहाराची भाषा, जिचा अवलंब करण्यासाठी तुम्हाला ६० सेकंदांपेक्षाही कमी वेळ लागेल. आम्हाला कल्पना आहे की या पुस्तकाच्या माध्यमातून आपल्याला व्यवहारात जो पायाभूत बदल घडवून आणायचा आहे, तो म्हणजे कमीत कमी सल्ला देणे आणि अधिकाधिक जिज्ञासा जागृत करणे. सात प्रमुख प्रश्नांतून एक उत्तम गोष्ट, जी लवकरच तुमच्या समोर येईल, ती म्हणजे यातील प्रत्येक प्रश्न आपण आठ सेकंद किंवा त्याहीपेक्षा कमी वेळेमध्ये विचारू शकता.

या उदाहरणाच्या शेवटी मी बॉबला विचारेन, ''मग आता तुमच्याकडे कोणती कल्पना आहे?''

प्रत्येक प्रश्नावर केंद्रित अध्यायाच्या शेवटी मी त्या प्रश्नावर आधारित अशी एक सवय आपल्याला विकसित करण्यासाठी सांगेन. या बाबींचा आपण पुन्हा पुन्हा विचार करीत राहणार आहोत आणि आपल्या प्रत्येक प्रश्नाशी संबंधित काही खरीखुरी उदाहरणेही मी देणार आहे. त्यामुळे नव्या सवयीचा फॉर्म्युला आणि सात प्रमुख प्रश्न जगात कशा पद्धतीने काम करतात, याचे वास्तवातील आकलन होण्यास तुम्हाला निश्चितपणाने मदत होईल.

कोचिंगची सवय विकसित करण्याच्या संदर्भात काही शेवटचे शब्द

हे सोपे आहेसुद्धा आणि नाहीही! आपले वागणे बदलणे तसे अवघड असते. आणि एखादी गोष्ट वेगळ्या पद्धतीने करण्यासाठी साहस आवश्यक असते. जेव्हा पहिल्या प्रयत्नात यश येत नाही, (याबाबतीत असेच होईल) तेव्हा ते सुरू ठेवण्यासाठी लवचीकता आवश्यक असते. बदलाचा नियमच आहे, की आपण जेव्हा नवे काही करण्यासाठी प्रवृत्त होता, तेव्हा तुम्हाला कोणत्या ना कोणत्या स्वरूपात प्रतिरोध अनुभवायला मिळतोच मिळतो. आणि मग एका लोकप्रिय अमेरिकी टीव्ही मालिका असलेल्या डिफरंट स्ट्रोक्सच्या शैलीमध्ये आपल्याला विचारले जाते, ''तुम्ही कशाविषयी बोलत आहात विलीस?'' या विरोधाचा सामना करण्यासाठी खालील गोष्टींचे पालन करावे.

* **सोप्या गोष्टींनी सुरुवात करा.** जर आपण एखाद्या व्यक्तीवर त्याचा प्रयोग करणार असाल तर, अशा व्यक्तीची निवड करा जी यासाठी पूर्णतः तयार असेल आणि ती तुमच्यासाठी कोणती अडचणीची स्थिती निर्माण करणार नाही. किंवा मग एखाद्या अशा व्यक्तीची निवड करा, ज्या व्यक्तीबरोबरचे आपले संबंध इतके बिघडलेले असतील, की त्यानंतर गमावण्यासारखे तुमच्याकडे काहीही नसेल.

* **छोट्या छोट्या गोष्टींनी सुरुवात करा.** या पुस्तकात दिलेले सगळे विचार एकत्रितपणे समाविष्ट करण्याच्या फंदात अजिबात पडू नका. एखाद्या छोट्या गोष्टीपासून याची सुरुवात करा आणि त्यात उत्तम कौशल्य प्राप्त करण्याचा प्रयत्न करा. त्यात इतके कौशल्य मिळवा की ते तुमच्या नसानसांत भिनून जाईल. त्यानंतरच दुसऱ्या गोष्टीकडे वळा.

* **मित्र बनवा** : वर्तनात बदल घडवण्यासाठी आणि चांगले संबंध प्रस्थापित करण्यासाठी माझ्याकडे काही महत्त्वाच्या लोकांची सपोर्ट सिस्टिम आहे. त्यामध्ये एक प्रशिक्षक आणि मास्टरमाइंड समूहाचा समावेश आहे. जो दर आठवड्याला माझ्याशी संपर्क साधतो. दोन आठवड्यातून एकदा फोनवर संपर्कात राहतो आणि आणखी एक मास्टरमाइंड समूह आहे, जो दर तीन महिन्यांनी संपर्क साधतो. माझ्या आयफोनमध्ये सध्याच्या सवयींशी संबंधित असे तीन ॲपसुद्धा आहेत. याविषयी या संबंधात मी सातत्याने चांगली माहितीही मिळवत राहतो. याचपद्धतीने आपणही काही मित्र, सहकारी आपल्याशी जोडून ठेवावे आणि या संदर्भात एकमेकांच्या संपर्कात राहून एकमेकांना प्रोत्साहित करावे. मिळून अभ्यास करावा आणि यशस्वी होणाऱ्या गोष्टींचा आनंदही मिळून साजरा करावा.

* **पुन्हा योग्य रस्त्यावर परत या** : सवय सुटेल आणि प्रत्येक वेळी यशस्वीही होणार नाही. जेव्हा आपण शिकायला सुरुवात कराल, तेव्हा त्या अवस्थेत आपल्याला थोडे विचित्रही वाटेल. या अवस्थेला 'सचेत अक्षमता' (हा थोडा अवमानजनक शब्द असला तरी अचूक आहे.) असे म्हणतात. परंतु विचारपूर्वक व नियमित अभ्यासाने आपण 'सचेत सक्षमता' या अवस्थेला नक्की पोहोचू शकता. ती अर्थातच अधिक सुखद अवस्था असेल.

बदलाचा नियमच आहे, की आपण जेव्हा नवे काही करण्यासाठी प्रवृत्त होता, तेव्हा तुम्हाला कोणत्या ना कोणत्या स्वरूपात प्रतिरोध अनुभवायला मिळतोच मिळतो.

दार्शनिकावर लक्ष केंद्रित करा :

ओविड ओविड म्हणतो, 'सवयीइतके मजबूत दुसरे काहीही नाही.' ही एक चांगली बाब आहे आणि तितकीच वाईटसुद्धा. वाईट बाब अशासाठी, कारण आपले जीवन अगदी सहजगत्या अशा प्रतिक्रियांचा समूह बनू शकते, ज्यांना आदर्श प्रतिक्रिया म्हणता येणार नाही. परंतु चांगली बाब अशासाठी की, आता आपल्याला सवयींचे स्वरूप आणि प्रक्रिया हळूहळू लक्षात येऊ लागलेली आहे. त्यामुळे यशस्वी होण्यासाठी आपण आपल्या व्यक्तिगत संरचनेची निर्मिती करू शकता.

विस्टन चर्चिल यांनी एकदा सांगितले होते की, 'आपण आपल्या इमारतींना आकार देतो, नंतर त्या आपल्याला आकार देतात.' आपण आपल्या सवयींच्या कक्षेत राहत असतो. आपल्याला ज्या पद्धतीचे नेतृत्व करायचे आहे, आणि कोचिंगच्या सवयी विकसित करायच्या आहेत, त्याप्रमाणे त्याला आकार द्या.

आपण लोकांना सगळ्यात पहिल्यांदा जेव्हा विचारता, अगदी त्याच गोष्टीपासून आपल्या नव्या सवयींची सुरुवात होते.

आपला पुढचा अध्याय याच संदर्भात आहे.

प्रश्नांचा मास्टरक्लास भाग १

एका वेळी एकच प्रश्न विचारा

प्रश्नांच्या मास्टरक्लासचे धडे संपूर्ण पुस्तकात येत राहतील. त्यांच्यावर लक्ष ठेवा आणि सात प्रमुख प्रश्नांचा पुरेपूर उपयोग सुनिश्चित करण्यासाठी ते अमलात आणा.

'परस्यूट ऑफ एक्सलन्स' आणि 'द लॉज ऑफ सबस्ट्रॅक्शन' यासारख्या पुस्तकांचे लेखक आणि माझे मित्र मॅट मे हे एक किस्सा सांगतात. जेव्हा ते पहिल्यांदा पॅरिसमधून जात होते, तेव्हा आर्क डी ट्रॉम्फ या प्रख्यात स्मारकाच्या चारही बाजूला स्थित असलेल्या गोल रस्त्यावर वाहतुकीतून जात असताना मॅटच्या लक्षात आले की एखाद्या सर्वसाधारण गोल रस्त्यासारखे याचे वर्तुळ नाही.

या गोल रस्त्याला अन्य बारा रस्ते येऊन मिळतात. त्यामुळे वाहतुकीचे सामान्य नियम येथे आल्यानंतर एकदम उलट होऊन जातात. गोल रस्त्याच्या दिशेने येणारी सारी गर्दी उजव्या बाजूला राहते आणि त्याचवेळी गोल रस्त्यावर आलेली गर्दी तिथून पुढे जाण्यासाठी आपली वेळ येण्याची वाट पाहत असते. अर्थात ही सगळी यंत्रणा नेहमीच चांगले काम करीत असते. हे फ्रेंच लोक मात्र पूर्णपणे वेडे असतात. परंतु पॅरिसच्या या गोल रस्त्यावरून गाडी चालवण्याचा मॅटचा अनुभव खरोखरीच दहशतीने भरलेला होता, कारण त्याला सगळ्या बाजूंनी गाड्या आपल्याच दिशेने येत असल्याचे दिसत होते.

कधी कधी खूप सारे प्रश्न विचारणाऱ्या व्यक्तीला सामोरे जाणे काहीसे असेच असते. जणू काही आपण पॅरिसच्या गोल रस्त्यावरून गाडी चालवत आहोत. आपल्याला सातत्याने प्रश्न विचारले जात असतात, प्रश्नांचा भडिमार होत राहतो आणि आपल्याला त्यांचे उत्तर देण्यासाठी पुरेसा वेळ मिळत नाही. त्यामुळे आपण चकित आणि भ्रमित अवस्थेमध्ये गुंगून राहता.

काही लोक याला प्रश्न विचारण्याची ‘ड्राईव्ह बाय’ पद्धती म्हणतात. ही अशी पद्धत आहे ज्यामध्ये एका सहज आणि स्वाभाविक संवादापेक्षा अप्रिय वाटेल अशा चौकशीचा अंतर्भाव अधिक असतो.

एका वेळी एकच प्रश्न विचारा.

फक्त एकच प्रश्न

ही पाहा तुमची नवी सवय

जेव्हा असे होईल...,

माझा एक प्रश्न विचारल्यानंतर...

हे करण्याऐवजी...

आणखी एक प्रश्न विचारा. त्यानंतर कदाचित आणखी एक प्रश्न. त्यानंतर आणखी एक प्रश्न. कारण हे सगळे खूप चांगले प्रश्न आहेत आणि मी त्यांचे उत्तर जाणून घेण्यासाठी खरोखरीच खूप उत्सुक आहे.

मी असे करणार आहे...

फक्त एक प्रश्न विचारा.. (मग बोलू नका. त्याचे उत्तर मिळण्याची वाट पाहा.)

सुरुवातीचे प्रश्न

यामध्ये आपल्याला त्या पहिल्या प्रश्नाच्या शक्तीची जाणीव होईल. त्यामुळे संवाद अधिक वेगाने सुरू होतो आणि सखोलतेच्या दिशेने जाऊ लागतो.

परिस्थितीत सहजता आणून संवाद सुरू करणे

संवादाची सुरुवातच जर चांगली असेल तर अर्धे काम तिथेच होते.. जसे 'खूप जुनी गोष्ट आहे.. एकदा ना..' किंवा 'कोण्या एके काळची गोष्ट आहे.. जेव्हा मी...'

आपल्या टीमला अधिक प्रशिक्षित न करण्यामागे एक कारण असेही असते की बहुतांश मॅनेजर लोकांना सुरुवात कशी करायची, हेच माहिती नसते. एक सर्वसाधारण विचार असाही असतो की आत्ता माझे काम सुरू आहे ना, मग चिंतेचे काही कारण नाही. परंतु आपले काम कसे चालले आहे? तुमचा संवाद नाटकी व कंटाळवाणा होऊन तुम्ही संवादाच्या दरम्यान सारखे अडकत असाल, तर त्यामागे तीन कारणे असू शकतात. हलक्या फुलक्या गप्पा, तोच गुळगुळीत कार्यक्रम (अजेंडा), पहिल्यांदाच गृहीत धरलेले मूल्यांकन या तीन बाबींचा विचार करावा लागतो.

हलक्या फुलक्या गप्पा

लक्षात ठेवा, हलक्या फुलक्या गप्पांची एक वेगळी उपयुक्तता असते. एखाद्या व्यक्तीसमवेत सहज संवाद साधण्यासाठी, त्या व्यक्तीला आपल्याशी जोडून घेण्यासाठी, नातेसंबंध बनवण्यासाठी, समोरची व्यक्ती आणि आपणही माणूस आहोत, हे समजून घेण्यासाठी हा एक उत्तम प्रकार असतो. परंतु त्याची एक दुसरी बाजूसुद्धा आहे. आपण संवादासाठी जी काही पंधरा मिनिटे काढलेली

होती, त्यातील आठ मिनिटे ही हलक्या फुलक्या गप्पांमध्येच खर्च झालेली आहेत हे जेव्हा लक्षात येते, तेव्हा मात्र मन निराश होऊ लागते. त्या वेळी आपल्या मनात विचार येतो, "हद्दच झाली..! या बिनकामाच्या गप्पा मारत बसणे खरोखरीच गरजेचे आहे का? हवामानाच्या गप्पा मारण्यात काय हशील आहे? थंडीच्या दिवसांत कॅनडामध्ये किती बर्फ पडतो, अशा चर्चेने काय साध्य होणार आहे? अमुक एका फुटबॉल टिमने मैदानात कशी कामगिरी केली या गप्पांतून काय मिळणार आहे?'' त्यामुळे हलक्या फुलक्या गप्पांमुळे वातावरणात सहजता येत असली आणि त्यातून उत्साहाचे वातावरण निर्माण झाले, तरी बहुतांश वेळेला अशा गप्पांतून मूळ विषयाला हात घालण्यासाठी मदत झाली आहे असे फारसे होत नाही.

साचेबद्ध पद्धतीने ठरलेला अजेंडा

नियमित पद्धतीने होणाऱ्या बैठकांमध्ये ही स्थिती अनेकदा दिसून येते. तीच जागा, तीच वेळ, तेच लोक आणि तोच अजेंडा. तथ्य आणि आकडेवारीची उजळणी करण्याचा हा एक नीरस काळ असतो. या वेळी सादर होणाऱ्या अहवालाद्वारे वास्तविक स्थितीवर फारसा प्रकाशही पडत नाही. त्याउलट तिथली सारी ऊर्जा मात्र शोषून घेतली जाते. कदाचित तो अजेंडा एका आठवड्यापूर्वी, महिन्यापूर्वी किंवा वर्षापूर्वी खूप यशस्वी ठरत असेलही परंतु आता तोच अजेंडा एखादा अडथळा बनलेला आहे. ज्या खरोखरीच महत्त्वाच्या गोष्टी आहेत, त्यांची वाट या अजेंड्यामुळे अडते आहे.

अगोदरच ठरवलेली मूल्यांकने

खरा मुद्दा काय आहे, यावर कोणतीही ठोस चर्चा होत नाही. आपल्याला मुद्दा माहीत आहे याच एका गोष्टीने केवळ आपण समाधानी आणि निश्चिंत झालेले असतो. अथवा मग मला मुद्दा माहीत आहे असे मानून समोरचा निश्चिंत झालेला असतो. आपण व समोरचा याच समजुतीत निश्चिंत होतो. बस.. मग जो तुम्हाला 'कदाचित' माहिती होता, तो मुद्दा सोडवण्यासाठी तुम्ही निघता. या प्रतिक्रियेने तुम्हाला वरकरणी भलेही छान वाटले, तरीही प्रत्यक्षात तुम्ही चुकीच्या दिशेने जात असता आणि तो मार्ग भरकटलेला असतो.

आपण वेगाने किंवा बुद्धिमत्तेने पुढे जात असला, तरी दिशाच जर चुकलेली असेल तर त्यातून कोणताही लाभ होणार नाही, हे स्पष्ट असते.

सुरुवातीचा प्रश्न : तुमच्या मनामध्ये काय सुरू आहे?

खऱ्या संवादाच्या दिशेने चटकन नेणारी बोलणी सुरू करण्याचा हा एकमात्र अचूक मार्ग आहे. समोरच्याला विचारावे की, 'तुमच्या मनात काय सुरू आहे?'' मात्र, परिस्थितीचा अंदाज घेऊनच हा प्रश्न विचारावा लागतो. कारण मुद्दामहून आपण काही उकरून काढू पाहत नाही किंवा समोरचा प्रमाणाबाहेर खुलणार नाही ना, याची काळजी घ्यावी लागते.

हा प्रश्नच मुळात खुल्या दृष्टिकोनाचा असल्याकारणाने विषयाचे मर्म समजण्यासाठी आणि त्याचे आकलन करण्याची संधीही मिळते. जी त्यांच्या दृष्टीने खरोखरीच महत्त्वपूर्ण असते. हा प्रश्न विचारताना आपण समोरच्याला काही सांगत नाही, किंवा कोणते मार्गदर्शनही करत नाही. आपण त्याच्यावर विश्वास दाखवत असतो आणि त्याने स्वतःसाठी पर्यायाची निवड करावी याचे स्वातंत्र्य आपण त्याला देत असतो.

याशिवाय हा एक अतिशय नेमका असा प्रश्न आहे. समोरच्याने येऊन लगेच काहीतरी सांगायला सुरुवात करावी अशा पद्धतीचे निमंत्रण देणारा हा प्रश्न नाही. खरोखर रंजक वाटेल अशा दिशेने जाण्यासाठी त्याला प्रोत्साहन दिले जाते. त्यामुळे त्याच्या हृदयाची धडधड वेगाने होते. त्यामध्ये तो पूर्णपणे डुबून जातो आणि त्यामुळे पहाटे चार वाजतासुद्धा त्यांना अचानक जाग येते.

ज्या गोष्टी सर्वांत महत्त्वपूर्ण आहेत, त्या गोष्टींविषयी आपण बोलू या असे आवाहन करणारा हा प्रश्न आहे. हलक्या फुलक्या गप्पा सोडून पुढे घेऊन जाणारा हा प्रश्न त्याच त्या साचेबद्ध अजेंड्याला संपवून टाकतो आणि ज्याचे मूल्यांकन मनात आधीच झालेले असते, ती परिस्थिती बदलण्याचे सामर्थ्य राखणारा हा प्रश्न आहे.

हा प्रश्न उपस्थित केल्यानंतर संवादाची दिशा योग्य राहावी म्हणून आपण '३ पी मॉडेल' या फ्रेमवर्कचा उपयोग करू शकता. परंतु ३ पी मॉडेलच्या दिशेने जाण्यापूर्वी कोचिंगच्या दोन प्रकारांमधील फरक अगोदर समजून घेणे आवश्यक आहे.

प्रदर्शनासाठीचे कोचिंग विरुद्ध विकासासाठीचे कोचिंग

प्रदर्शनासाठी कोचिंग विरुद्ध विकासासाठीचे कोचिंग यामध्ये बराच फरक

असतो. प्रदर्शनासाठीचे कोचिंग हे एखादी विशिष्ट समस्या किंवा आव्हान लक्षात घेऊन त्याला सामोरे जाण्याशी संबंधित असते. काही गडबड झाल्यास परिस्थिती सांभाळण्यासाठी, आपल्या लोकांमधील उत्साह वाढवण्यासाठी आणि कठीण परिस्थितीतही सगळ्यांना जोडून ठेवण्यासाठी त्याचा उपयोग केला जातो. वास्तवात दररोजच्या जबाबदाऱ्यांवर ती केंद्रित असते आणि महत्त्वपूर्ण आणि गरजेची अशी ती गोष्ट आहे. परंतु विकासासाठीच्या कोचिंगचा असणारा संबंध वेगळा आहे. मुद्द्यावरून लक्ष काढून जो मुद्दा सोडवण्यात गुंतलेला आहे, त्याच्यावर लक्ष केंद्रित करण्याशी त्याचा संबंध आहे. हा संवाद दुर्लभ आणि उल्लेखनीय असतो, अन्य संवादांपेक्षा विलक्षण प्रभावी असतो. जर मी तुम्हाला भूतकाळात मागे वळून पाहायला सांगितले आणि त्या वेळी जे तुमच्यावर मनात ठसले होते किंवा त्याने काही फरक पडला होता, असे कोचिंग जर तुम्हाला कुणी दिल्याचे आठवत असेल, तर मी तुम्हाला ठामपणे सांगतो की ते विकासासाठीचे कोचिंग होते. समस्या सोडवून तात्पुरते काम चालवून नेण्याऐवजी आपल्याला शिकण्यासाठी, उत्कृष्ट बनण्यासाठी आणि प्रगती करण्यासाठी ज्या गोष्टी आवश्यक आहेत, त्या तुमच्यात कशा येतील यावर ते केंद्रित असते.

खरे तर, ३ पी मॉडेलमध्ये ध्यान केंद्रित करणे, अधिक चांगला संवाद साधण्यास प्रवृत्त करणे आणि (जे योग्य वाटेल तेव्हा) आपले लक्ष अधिक शक्तिशाली स्तरावर (विकासासाठीच्या प्रशिक्षणावर) केंद्रित करण्याचा सर्वांत सुस्पष्ट आणि सरळ मार्ग आहे.

३ पी मॉडेलच्या माध्यमातून ध्यान केंद्रित करण्यामध्ये अधिक सखोलता आणावी.

३ पी मॉडेल हे एक असे फ्रेमवर्क आहे, ज्या माध्यमातून कोचिंगशी संबंधित संवादामध्ये कोणत्या गोष्टीवर लक्ष केंद्रित करावयाचे, याची निवड करता येते. व्यक्ती ज्या समस्येतून जाते आहे, त्या व्यक्तीच्या केंद्रस्थानी कोणते आव्हान असू शकते, याचाही अंदाज येऊ शकतो. सर्वसाधारणपणे हे आव्हान कोणतातरी प्रोजेक्ट, कुणी व्यक्ती किंवा व्यवहाराच्या एका पॅटर्नवर केंद्रित असते.

त्यांना केवळ एखादी समस्या सोडवण्यासाठी बोलावण्याऐवजी शिकण्यासाठी, उत्कृष्ट बनवण्यासाठी आणि त्यांची प्रगती करण्यासाठी पुढे आणावे.

उत्तरे ही बंद खोलीसारखी असतात तर प्रश्न हे खुल्या दरवाजासारखे असतात. ते आपल्याला आत येण्याचे निमंत्रण देतात.

- नॅन्सी विलार्ड

प्रकल्प (प्रोजेक्ट)

एखादा प्रकल्प हा परिस्थितीचा एक भाग असतो, एखादी अशी गोष्ट जिच्यावर काम सुरू असते. या पैलूचा विचार करणे सर्वांत सोपे असते आणि या बाबीशी अनेक लोक परिचितदेखील असतात. वस्तुतः आपण सगळेच आपला बहुतांश वेळ हा विविध आव्हानांची उत्तरे शोधण्यासाठी घालवत असतो आणि आपल्या नजरा कायमच वर्तमान परिस्थितीवर रोखलेल्या असतात. ते हेच क्षेत्र आहे, जिथे बहुतांश वेळा प्रदर्शनासाठी कोचिंग आणि तंत्रामध्ये बदल केले जातात. वास्तवात याची सुरुवात कशी करावी आणि कोणते व किती पी (प्रोजेक्ट, पीपल आणि पॅटर्न) समाविष्ट केल्याने संवादात उपयुक्त ठरेल, हे कशा पद्धतीने जाणून घ्यायचे हे समजून घेणे ही खरी कला आहे.

लोक (पीपल)

आपल्या दैनंदिन जीवनात आपल्याला खिजवणारे लोक जर भेटले नसते तर आपले काम अधिक सोपे झाले नसते का, हा प्रश्न तुमच्याही मनात कधी आला आहे का? आता हा विचार फक्त माझ्याच मनात आला आहे असे तर होणार नाही. जेव्हा आपल्याला आपल्या सगळ्या अपूर्णत्वासह, अव्यवस्थित पद्धतींसह, पूर्वग्रहदूषित मते आणि विवेकहीनतेसह दुसऱ्यांसमवेत काम करावे लागते आणि समजूतदारपणा आणि करुणा याबाबतीत ते दोन पावले मागे असतात, तेव्हा परिस्थिती अधिकच बिकट बनलेली असते.

जेव्हा आपण लोकांविषयी बोलतो, तेव्हा खरं तर आपण त्यांच्याविषयी बोलत नसतो. आपण एका नातेसंबंधांविषयी बोलत असतो. अधिक स्पष्टपणाने सांगायचे झाले तर, अद्यापही एक पूर्णपणे आदर्श भूमिका बनलेली नाही अशा त्या नात्यातील आपल्या भूमिकेविषयी आपण बोलत असतो.

पॅटर्न

या पैलूमध्ये आपण व्यवहारातील पॅटर्न आणि काम करण्याच्या त्या पद्धती पाहतो, ज्या आपल्याला बदलाव्याशा वाटतात. शक्यता अशी आहे की, त्याम ध्ये विकासासाठीचे कोचिंगसुद्धा बहरून येऊ शकते. पॅटर्न हे व्यक्तिगत आणि आव्हानात्मक असे असतात. लोकांचे आत्मज्ञान आणि क्षमता वाढतील अशी जागाही ते पॅटर्न उपलब्ध करून देतात. वर्तमान स्थितीमध्ये विविध संघटनांमध्ये असे संवाद फारसे घडताना दिसत नाहीत. अर्थात प्रत्येक वेळी असेच लक्ष केंद्रित करून संवाद साधणेही योग्य नाही. त्यामुळे प्रकल्पाशी संबंधित संवाद करणेच उचित ठरते.

३ पी मॉडेलचा प्रत्यक्षात वापर

''तुमच्या मनात काय सुरू आहे?'' तुम्ही समोरच्या व्यक्तीला विचारता.

उत्तरादाखल ती व्यक्ती म्हणते, ''खरं तर, (ते ज्या विषयावर काम करीत आहेत त्या गोष्टीच्या नावाचा उल्लेख येथे करावा.)...''

त्यावर तुम्ही म्हणता, ''तर मग याचे तीन वेगवेगळे पैलू लक्षात येऊ लागलेले आहेत. पहिला आहे प्रकल्पाशी संबंधितवाला (प्रोजेक्ट) पैलू - खऱ्या सामग्रीशी संबंधित असे कोणतेही आव्हान. दुसरा लोकांशी संबंधित 'पीपल' वाला पैलू. टीमचे सदस्य, सहकारी, अन्य विभागांतील लोक, ग्राहक, बॉस यांच्याशी संबंधित कोणताही मुद्दा. आणि तिसरा मुद्दा आहे पॅटर्न. जिथे तुम्ही तुम च्या पद्धतीने काम करू शकाल आणि आपल्याला कोणताही दिखावा करण्याची गरज पडणार नसेल तर आपण कुठून सुरुवात करायला हवी?

ते कशाची निवड करतात, याने काहीही फरक पडत नाही; परंतु यातून एका सशक्त अशा संवादाची सुरुवात झालेली असते. जेव्हा ते एका 'पी' वर चर्चा करीत असतील, तेव्हा त्यांना उर्वरित दोन 'पी'च्या दिशेने नेऊन आपण विचारू

शकतो, ''जर या बाबतीत हा 'पी' महत्त्वपूर्ण असेल, तर यामध्ये तुमच्यासमोरील आव्हान काय आहे?''

आणि अधिक गहन, सशक्त आणि समृद्ध संवाद होण्याच्या दिशेने तुम्ही पाऊल टाकलेले असेल.

इथे आपल्या नव्या सवयीचा विकास करा

जेव्हा असे होईल...

आपला बदल संकेत (ट्रिगर) अशा क्षणांविषयी आहे, जेव्हा लोकांविषयी किंवा कदाचित त्या भावनांनाही कागदावर आणावेसे वाटत असेल.

कोणत्यातरी संवादाची सुरुवात हीच या प्रश्नासाठी एक सर्वसाधारण संकेत आहे. आपल्याला थेट रिपोर्ट करणारा एखादा कर्मचारी आपल्या केबिनमध्ये एखाद्या विषयावर आपला सल्ला घेण्यासाठी आला आहे आणि तुम्हाला एका ग्राहकाचा फोन आला आहे. बॉसने आपल्याला अचानक त्याच्या केबिनमध्ये बोलावणे, लंचच्या दरम्यान कुणी सहकारी आपल्याला विचारतो आहे की अमुक एका विषयावर बोलण्यासाठी तो थोडा वेळ देऊ शकेल का, आपल्या टिमच्या एखाद्या सदस्यासमवेत आपली समोरासमोर नियमित मीटिंग होणे, चर्चेच्या दरम्यान, खऱ्या मुद्द्यावर चर्चा सुरूच न झाल्याने आपण चिंताक्रांत होणे इत्यादी. याचा अर्थ कोणतीही गोष्ट बदलाचा संकेत बनू शकते. इतकेच काय, कुणाचा ई-मेल किंवा टेक्स्ट मेसेज येणे हेसुद्धा संकेताचे काम करू शकते.

त्यामुळे हे करण्याऐवजी ...

आपल्याला जी सवय बदलायची आहे, ती अगदी स्पष्टपणे एकदा कागदावर लिहून काढा.

कदाचित असे असू शकेल की, तुमची जुनी सवय म्हणजे, खूप साऱ्या हलक्या फुलक्या गप्पा मारणे आणि मग मुख्य अजेंड्यापासून दूर जाऊन समोरच्याला चर्चेचा विषय सांगण्याऐवजी सरळ सल्ला देणे सुरू करणे. कदाचित ही अशी गोष्ट असेल, ज्याविषयी फारशी उत्सुकता नसेल. याचा संबंध चर्चेचे जास्तीत जास्त नियंत्रण आपल्या हाती कसे राहील, हे पाहण्यावर अधिक असेल.

मी हे करेन

आपल्या नव्या सवयीचे वर्णन करा.

कदाचित असे असू शकेल, मी त्यांना विचारेन, ''तुमच्या मनामध्ये काय सुरू आहे?'' जर संकेत (ट्रिगर) एखादा टेक्स्ट मेसेज किंवा ई-मेलच्या स्वरूपात येत असेल, तर त्याच्या उत्तरादाखल आपण एक प्रश्न पाठवण्यासाठी मोकळे आहात.

बॉक्स ऑफ क्रेयॉन्स लॅबच्या वतीने

'व्हॉट्स ऑन युअर माइंड?' (तुमच्या मनामध्ये काय सुरू आहे?) हा प्रश्न आपल्याला फेसबुकवरही पाहायला मिळतो. पूर्वीतरी किमान असे होते. परंतु नंतर फेसबुकने एक प्रॉम्प्ट (संकेत) असल्याने त्याला फेसबुकवरून हटवले. परंतु लवकरच पुन्हा त्याचा वापर सुरू झाला. असं वाटतंय, मार्क झुकेरबर्ग आणि त्यांच्या टीमच्या हे लक्षात आले असावे की फेसबुकसाठी हा प्रश्न मौलिक आहे.

हा एक असा प्रश्न आहे, ज्याचा वापर जगभरातील लाखो लोक काही चांगले साकारण्यासाठी संकेताच्या रूपात करतात. परंतु हा प्रश्न आपल्या उद्देशामध्ये इतका यशस्वी का होतो आहे? या संदर्भात आम्ही बॉक्स ऑफ क्रेयॉन्समधील एक संशोधक लिंडसे यांना याच्या पाठीमागे असलेल्या सक्रिय विज्ञानाचा सखोल शोध घेण्यास सांगितले. त्या वेळी त्यांनी न्युरोसायन्सने दाखवून दिलेल्या एका विलक्षण सत्याच्या जवळ आम्हाला नेले. आपण ज्यावर लक्ष केंद्रित करतो, त्यावरच आपले सर्व अस्तित्व साकारत असते. आपले लक्ष कुठे केंद्रित होते आहे याविषयी तुम्ही जर सजग असाल, तर ही खूपच चांगली बाब आहे. परंतु आपले लक्ष विचलित होत राहते (अनेकदा नकळतपणेसुद्धा) किंवा मग नको त्या गोष्टींमध्ये मन अडकून राहते आणि त्याची किंमत आपल्याला कधी ना कधी चुकवावीच लागते.

२०१० साली झालेल्या अभ्यासाचा पहिला बिंदू हाच होता की, आपल्या मनात काहीतरी सुरू असते आणि त्यामध्ये ऊर्जा खर्च होत राहते. भलेही आपल्या मेंदूचे वजन आपल्या शरीराच्या वजनाच्या तुलनेत केवळ २ टक्के असले, तरीही त्यामुळे तब्बल २० टक्के ऊर्जा खर्च होत असते.

आपल्या मनात जे काही सुरू असते, त्याचा प्रभाव आपण कशावर लक्ष केंद्रित करतो आणि कोणत्या गोष्टींकडे बारकाईने पाहतो, यावर अवलंबून असते.

उदाहरणार्थ, जर आपण लाल रंगाची माझदा गाडी घेण्याचा विचार करीत आहात तर तुम्हाला लक्षात येईल की आपोआपच रस्त्यावरून जाणाऱ्या लाल रंगाच्या माझदा गाडीवर तुमचे लक्ष केंद्रित होऊ लागले आहे. कारण आपण ज्याविषयी विचार करत असता, त्याचा प्रभाव आपल्या निवडींवरही पडत असतो. त्यामुळे कदाचित आपण सर्वोत्तम निवड करू शकत नाही, असेही होऊ शकते.

सुरुवातीचा प्रश्न विचारणे हे दबाव कमी करणाऱ्या एखाद्या प्रेशर व्हॉल्व्हसारखे काम करते. आपल्या काम करण्याच्या पद्धतीला अनावश्यक रीतीने प्रभावित करणाऱ्या गोष्टी समजून घेण्यास त्यामुळे मदत होते. आपण ज्या आव्हानापासून आतापर्यंत अनभिज्ञ होता आणि जगाकडे पाहण्याच्या आपल्या पद्धतीला जी बाब संकुचित बनवत होती, त्या आव्हानाला सुस्पष्ट बनवण्याचे काम हा प्रश्न निश्चितपणाने करेल.

प्रश्नांचा मास्टरक्लास भाग २

भूमिका बनवणे बंद करा आणि प्रश्न विचारा

जेम्स बाँड सिरीजमधील तो असा कोणता चित्रपट आहे, ज्याचा पहिला सीन सगळ्यात चांगला आहे, यावर इंटरनेटवर एक मीम खूप लोकप्रिय आहे.

काही लोक १९७७मध्ये प्रदर्शित झालेल्या 'द स्पाय हू लव्हड मी' या चित्रपटातील हा पहिला सीन 'सर्वश्रेष्ठ सीन' मानतात. या चित्रपटात जेम्स बाँडची भूमिका करणारे अभिनेते रॉजर मूर हे बर्फाळ डोंगरातून स्कीईंग करीत खाली उडी मारतात आणि नंतर आपले पॅराशूट (त्यावर युनायटेड किंगडमच्या युनियन जॅकची विशाल आकृती असते) उघडून हवेत उडत शत्रूच्या तावडीतून सुटका करून घेतात.

मात्र काही लोकांच्या दृष्टीने २००६मध्ये आलेल्या 'कॅसिनो रॉयल'मधील जबरदस्त 'ब्लॅक अँड व्हाईट'मधील सर्वश्रेष्ठ असा पहिला सीन आहे, ज्यामध्ये डॅनियल क्रेग हा शत्रूचा निप्पात करून ००७ एजंटच्या भूमिकेची ओळख करून देतो.

माझ्या आवडीचा पहिला सीन कोणता? १९९५ साली प्रदर्शित झालेल्या 'गोल्डन आय' या चित्रपटातील तो प्रसंग, ज्यामध्ये पिअर्स ब्रॉसनन एका विशाल धरणाच्या भिंतीवरून बंजी जंपिंग करून खाली येतो.

इथे आपल्याला एक विशिष्ट पॅटर्न लक्षात येईल. जेम्स बाँडच्या मालिकेतील कोणत्याही चित्रपटाची सुरुवात ही कधीही संथ किंवा कंटाळवाणी नसते.

चित्रपट सुरू झाल्यानंतर अवघ्या दहा सेकंदांमध्ये ॲक्शन सुरू झालेली असते. आपल्या हृदयाची धडधड वाढलेली असते आणि तुमच्या आतमध्ये एक वेगळाच उत्साह संचारलेला असतो.

आपल्या प्रश्न विचारण्याच्या पद्धतीच्या हे अगदी विरुद्ध आहे.

सर्वसाधारणपणे आपल्यातील बहुतांश लोक हे प्रश्न विचारण्यापूर्वी एक हळुवार आणि भ्रामक अशी भूमिका तयार करतात. जेम्स बाँडचे लेखक इयान फ्लेमिंगच्या वेगवान अशा कल्पनांपेक्षा मध्यपूर्वेतील लोककथासंग्रह 'अलीफ लैला के हजार अफसाने' यासारखी अधिक वाटते.

त्यामुळे ही भूमिका बनवणे अगोदर बंद करा. एखाद्या विमानाला वेग पकडण्यासाठी जशी रनवेची गरज असते, तसेच आपल्याला भूमिकारूपी रनवेची कुठलीही गरज नाही. तुम्ही थेट टेक ऑफ करू शकता!

कोणता प्रश्न विचारायचा, हे तुम्हाला माहिती आहे तर मग थेट मुद्द्यावर या आणि प्रश्न विचारा.

आणि त्यासाठी जर तुम्हाला सुरुवात करण्यासाठी एखाद्या वाक्याची गरज जाणवत असेल, तर 'मी हे जाणण्यासाठी उत्सुक आहे' अशा वाक्याचा वापर करा. प्रश्नाचे 'अवघडलेपण' कमी करण्यासाठी हे वाक्य नक्की मदत करेल. त्यामुळे मग आपल्याला प्रश्न विचारणे आणि समोरच्याला उत्तर देणे दोन्ही सोपे होऊन जाईल.

ही आहे आपली नवीन सवय

जेव्हा असे होईल...

जेव्हा मला एक प्रश्न विचारायचा असेल

तेव्हा असे करण्याऐवजी...

उपयुक्त शब्दांची व वाक्यांची निवड करून समोरच्याला प्रश्न समजण्यासाठी आणि भूमिका तयार करण्यामध्ये गुंतवून ठेवणे आणि प्रश्न विचारण्यासाठी अधिकतर वेळ दवडणे.

मी असे करेन...

प्रश्न विचारणे (आणि मग शांत बसणे व उत्तर मिळण्याची वाट पाहणे).

'आणखी काही?' प्रश्न

जगातील कोचिंगसंदर्भातील सर्वश्रेष्ठ असा प्रश्न आपल्यासमोर ठेवण्यात आला आहे. दोन छोट्या छोट्या शब्दांत किती मोठी शक्ती असते, हे पाहून आपण थक्क होऊन जाल.

खरी जादू

एक हौशी जादूगार असल्याकारणाने खऱ्या जादूगारांविषयी माझ्या मनामध्ये अधिक सन्मान आहे. जादूगार हवेत हात उचलतो आणि अचानक कुठूनतरी एक नाणे त्याच्या हातामध्ये येते, ही जादू तुम्ही नक्कीच पाहिलेली असणार. नंतर त्याच्या हातात आणखी एक नाणे येते. मग आणखी एक, मग आणखी एक. लोकप्रिय अमेरिकन जादूगार जोडी पेन अँड टेलर यांच्या यूट्युब व्हिडिओमध्ये ही जादू पाहत असाल तर ही सगळी नाणी अचानक डोळ्यांदेखत चमकणाऱ्या माशांमध्ये बदलून जातात. (हा व्हिडिओ पाहण्यासाठी गुगल करा, मास्टर्स ऑफ मॅजिक पेन अँड टेलर, अमेझिंग ट्रीक्स)

मी ही जादू करून दाखवू शकणार नाही. कधीच नाही. पण मी तुम्हाला असा एक प्रश्न नक्की देऊ शकतो, जो खरोखरीच इतका चांगला आहे की आपण ज्याकडे जगातील कोचिंगविषयीचा सर्वश्रेष्ठ प्रश्न म्हणून पाहू शकू. त्याला त्या दृष्टीने विशिष्ट बोधचिन्ह (ट्रेड मार्क) देण्याचाही विचार झालेला आहे. कारण हा प्रश्नच असा आहे.

'आणखी काही?' प्रश्न

हे दोन शब्द वरकरणी खूप साधे वाटतात, हे मला माहीत आहे; परंतु

आणखी काही? या प्रश्नामध्ये पुढील जादुई गुण आहेत. कोणत्याही विशेष प्रयत्नांविना अधिक ज्ञान, अधिक अंतर्दृष्टी, अधिक आत्मजागरूकता आणि अधिक शक्यता प्रदान करण्याची क्षमता ते बाळगून असतात.

हा प्रश्न इतका प्रभावी असण्याची तीन कारणे आहेत. अधिक पर्याय उपलब्ध झाल्याने तुम्ही अधिक चांगला निर्णय घेता आणि स्वतःवर लगाम लावता. त्यामुळे आपल्याला अधिक अतिरिक्त वेळही प्राप्त होतो.

आपल्या आत असलेल्या रॉन पोपीलला दिशा देता

जर आपण गेल्या सत्तर वर्षांत कधी टीव्ही पाहिला असेल, तर बिली मेस, विन्स ऑफर किंवा रॉन पोपील यांच्यावर तुमची नजर नक्की पडली असणार. हे टीव्ही पीच आर्टिस्ट होते. डायसर, ग्रेटर, साफसफाईचे सामान अशा घरगुती उपयोगाच्या गोष्टी विकण्याचे काम ते करीत असत. रॉन पोपील हे टीव्ही पीच आर्टिस्टचे पितामह समजले जातात. त्यांचे लोकप्रिय वाक्य होते, ''जरा थांबा, अजून खूप काही बाकी आहे.''

इथे आपल्याला असे काही सामान खरेदी करायचे नाही, परंतु लक्षात ठेवा, एखाद्या प्रश्नाचे एखादी व्यक्ती पहिल्यांदा उत्तर देते तेव्हा तेच त्याचे एकमेव उत्तर नसते आणि पहिलेच उत्तर परिपूर्ण आणि सर्वश्रेष्ठ ठरेल असे खूपच कमी वेळेला होते. तुम्ही म्हणाल ही किती साधी गोष्ट आहे, हे सारेच जण जाणतात. परंतु तुम्हाला वाटते तितकी साधी नाही, यावर खरोखरीच विश्वास ठेवा.

चिप हीथ आणि डॅन हीथ या लेखकद्वयींनी त्यांच्या 'डिसाइसिव्ह : हाऊ टू मेक बेटर चॉईसेस नि लाईफ अँड वर्क' या पुस्तकात पॉल नट यांनी केलेल्या एका अभ्यासाचा उल्लेख केलाय. मॅनेजर आपले निर्णय कसे घेतात, याविषयी इतरांपेक्षा अधिक माहिती असणारी अशी पॉल नट ही असामी होती. अतिशय कठोर असे निकष वापरून त्यांनी विविध कंपन्यांतील १६८ निर्णयांतून मिळालेल्या परिणामांचे समीक्षण केले. त्यांना असे लक्षात आले की ७१ टक्के निर्णयांमध्ये पूर्ववर्ती विकल्प बायनरी (दोन गुणांचा) होता. हा पर्याय अगदी साधा होता, तो म्हणजे, ''आपण हे करावे की नाही?''

नट यांनी सांगितले, ''७१ टक्के हा आकडा निर्णय घेण्याच्या पूर्वी पर्याय तयार करण्याच्या लहान मुलांच्या क्षमतेच्या बरोबर आहे. (प्रत्यक्षात त्यापेक्षा काहीसा अधिक चांगला) होय, इथे आपण किशोरवयीन मुलांविषयी बोलतो

आहोत, या वयात बऱ्याचदा चुकीचे आणि वाईट निर्णय घेतले जातात. त्यांचा पूर्णतः विकास झालेला नाही हे एक सबळ कारण तरी त्यांना देता येते. त्यामुळे बायनरी पर्यायांच्या आधारावर घेतलेल्या निर्णयांचे अयशस्वी होण्याचे प्रमाण ५० टक्क्यांहून अधिक होते, हे पाहून हैराण होण्याचे काही कारण नाही.

या नंतर त्यांनी यशस्वी झालेल्या निर्णयांवर लक्ष केंद्रित केले. त्यामध्ये अधिक पर्याय उपलब्ध होते. उदाहरणादाखल सांगायचे झाले तर, जर तुम्ही एक आणखी पर्याय जोडला तर काय होईल? उदा. ''आपण हे करायला हवे, ते करायला हवे की करायलाच नको?' असे प्रश्नांचे विकल्प असू शकतात. त्यांचे परिणाम मात्र आश्चर्यकारक होते. केवळ आणखी एक अतिरिक्त पर्याय उपलब्ध झाल्यानंतर निर्णय अपयशी ठरण्याचे प्रमाण जवळपास निम्म्यावर आले. हे प्रमाण ३० टक्क्यांपेक्षाही कमी होते.

जेव्हा तुम्ही 'आणखी काही?' या प्रश्नाचा उपयोग करता, तेव्हा आपल्याला अधिक पर्याय प्राप्त होतात. ते अधिक चांगले असतात. हे अधिक चांगले पर्याय तुम्हाला अधिक चांगल्या निर्णयांच्या दिशेने घेऊन जातात आणि चांगले निर्णय मोठ्या यशाच्या दिशेने घेऊन जातात.

तुम्ही सल्ल्याच्या राक्षसावर नियंत्रण मिळवता

जर हे पुस्तक हायकू या काव्यप्रकाराच्या (संक्षिप्त कवितेचा प्रकार) माध्यमातून लिहिले गेले असते, तर ते काहीसे असे असते.

कमी सांगा आणि अधिक विचारा
तुमचा सल्ला तितकाही चांगला नाही
जितका तुम्हाला वाटतो आहे

हायकूच्या नियमानुसार त्यात १७ अक्षरे असणे आवश्यक आहे. वरील ओळींमध्ये १७पेक्षा अधिक अक्षरे असली तरीही ते सांगणे जितके सोपे आहे, करणे तितकेच अवघड आहे. आपल्याला सर्वांनाच संवाद साधत असताना सल्ला देण्याची, स्वतःला तज्ज्ञ मानण्याची, प्रत्येक प्रश्नाचे उत्तर देण्याची, प्रत्येक समस्येवर तोडगा सांगण्याची मोठीच खोड असते. अर्थातच त्यात हैराण होण्यासारखे काहीही नाही. या कंपन्यांसाठी उत्तरे आणि निश्चिंतता या महत्त्वाच्या गोष्टी असतात. त्या जर आपण अनिश्चितता, चिंता आणि तीव्रतेच्या भावनेशी जोडल्या, तर आपल्या अवघड होत जात चाललेल्या नोकरीत आणि जीवनात

आपण ते अनुभवू शकतो. स्पष्टता आणि निश्चिंतता यांच्यासाठीच आपला मेंदू बनलेला आहे. त्यामुळे सल्ला द्यायला आपल्या सगळ्यांनाच आवडतो. याविषयी आपण हैराण होण्याचे काहीही कारण नाही. भले आपण चुकीचा सल्ला देत असू, आपण जो अनेकदा देतो. तरीही प्रश्न विचारण्याच्या अनिश्चिततेला सामोरे जाण्याऐवजी आपल्याला दुसऱ्यांना सल्ला देणेच अधिक सहज वाटते.

आमच्या प्रशिक्षण कार्यक्रमामध्ये सल्ला देण्याच्या या आग्रहाला आम्ही 'सल्ल्याचा राक्षस' असे म्हणतो. भले आपले हेतू चांगले असतील आणि काही चांगले प्रश्न विचारण्यासाठी आवश्यक असणारी जिज्ञासा आपण टिकवून ठेवलेली असेल, त्याचबरोबर जर आपण काम करताना चांगले मार्ग अंगीकारणारी व्यक्ती असाल तरीही संधी मिळताच सल्ला देणारा राक्षस कोणत्यातरी अंधाऱ्या कोपऱ्यातून आपल्यासमोर येतोच आणि संवादावर आपली पकड प्रस्थापित करतो. जोपर्यंत त्या परिस्थितीची आपल्याला जाणीव होते तोपर्यंत आपले मन उत्तर शोधण्यात गुंतलेले असते आणि समोरच्या व्यक्तीला पुढच्या गोष्टींसाठी नवे विचार, सूचना आणि सल्ले आपण द्यायला सुरुवात करतो.

अर्थातच सल्ला देण्यालासुद्धा एक महत्त्वाचे स्थान आहे. पुन्हा कधीही कुणालाही उत्तर देऊ नका असे या पुस्तकातून आपण सुचवत नाही. परंतु वास्तवात सांगायचे तर ही खरोखरीच एक प्रभावी न ठरणारी अशी प्रतिक्रिया आहे, तरीही त्याचा गरजेपेक्षा अधिक उपयोग केला जातो.

एक अतिशय रंजक (पण अवघड) अभ्यास आहे. स्वतःचे निरीक्षण करायचे आणि सल्ला देण्याची इच्छा आपल्या मनात किती वेगाने निर्माण होते, याचा अभ्यास केला आहे. एखादा दिवस (किंवा अर्धा दिवस किंवा केवळ एखादा तास) काढा. त्यामध्ये उत्तर देण्यासाठी आपण किती तत्परतेने तयार होतो, याचा अभ्यास करा. हॉर्वर्ड बॅकमॅन आणि रिचर्ड फ्रँकल यांनी १९८४साली आपल्या अभ्यासाद्वारे शोधून काढले की, बोलणे सुरू असताना ते मध्येच तोडण्याचे डॉक्टरांचे प्रमाण १८ सेकंद इतके आहे. हे वारंवार दिसून आले आहे. यावर प्रतिक्रिया देताना आपण भलेही तोंड वेडावून म्हणू की, 'हे डॉक्टर पण ना..' परंतु असे कितीतरी व्यवस्थापक आणि नायक मी पाहिलेले आहेत, ज्यांचे असे करण्याचे प्रमाण काढल्यास ते डॉक्टरांपेक्षा नक्कीच कमी नसेल.

संक्षेपाने सांगायचे झाले तर,

नेमका मुद्दा काय आहे आणि समोरच्या व्यक्तीच्या जीवनात काय सुरू आहे, हे आपल्याला नीटसे माहिती नसले तरीदेखील त्याला जे उत्तर हवे आहे ते मात्र आपल्याकडे नक्की आहे, याविषयी आपण अगदी निश्चिंत असतो.

'आणखी काही?' हा प्रश्न हेच चक्र तोडण्याचे काम करतो. असे विचारण्याची सवय लागते, तेव्हा सरळ आणि जिज्ञासू बनून राहण्याचा हा सर्वांत सोपा मार्ग असतो. आपल्या सल्ल्याच्या राक्षसाला संयमित राखण्यासाठी स्वयंव्यवस्थापनाचा (सेल्फ मॅनेजमेंट) हा एक मार्ग आहे.

तुम्हाला थोडा अधिक वेळ मिळतो

आता तुमच्या-माझ्यातच असलेले असे हे एक रहस्य आहे. या पुस्तकात माझा परिचय देत असताना मी अगदी निश्चितपणाने कुठेना कुठे हे अधोरेखित केलेले असेन की मी पहिला 'कॅनेडियन कोच ऑफ द इयर' हा किताब मिळवलेला आहे. त्यामुळे एक व्यावसायिक, सन्माननीय आणि पुरस्कारप्राप्त कोच या नात्याने मी तुम्हाला या गोष्टी सांगतो आहे.

नेमके काय सुरू आहे, याविषयी जेव्हा आपल्याला खात्री नसते आणि आपल्याला एकूण परिस्थितीचा अंदाज येण्यासाठी थोडा वेळ हवा असतो, तेव्हा 'आणखी काही?' हा प्रश्न विचारल्याने आपल्याला थोडा अधिक वेळ मिळतो.

हे एक गुपित आहे आणि ते कुणालाही सांगू नका.

'आणखी काही?' प्रश्न विचारण्यासाठीच्या काही व्यावहारिक सूचना

'आणखी काही?' या प्रश्नाची जादू बघण्यासाठी आणि ते सुनिश्चित करण्यासाठी खालील सूचनांचे पालन करा.

आपली जिज्ञासा कायम ठेवा, खरे राहा

तुमच्याकडे एक शानदार प्रश्न आहे, पण म्हणून तो प्रश्न कंटाळून आणि सुस्तपणाने विचारावा असे अजिबात नाही.

जेव्हा आपण ही सवय अंगी बाणवत असाल, तेव्हा केवळ 'आणखी काही?' हा एकच प्रश्न विचारण्याचा अभ्यास करू नका. डॅन कॉएल यांनी मांडलेल्या सखोल अभ्यासाच्या सिद्धांताचा अभ्यास जरूर करा. त्या विषयामध्ये खरोखरीच रस घेऊन आणि हा प्रश्न जिज्ञासेने विचारण्याची सवय लावून घ्या. बोनस अंकांसाठी उत्तरे ऐकण्याचा अभ्यास करा.

पुन्हा एकदा विचारा

'ग्रेट वर्क पॉडकास्ट'वर डॅन कॉएल यांची मुलाखत जरूर ऐका.

लोक मुळात प्रश्न कमी विचारतात, हे लक्षात घेऊनच आपण सुरुवात करू या. त्यामुळे ही सवय आत्मसात करून त्यात कौशल्य प्राप्त करण्याची पद्धत आजमावणे, प्रयोग करणे आणि त्याचे परिणाम-प्रभाव काय होतात, हे पाहणे महत्त्वाचे आहे. एक मार्गदर्शक म्हणून सांगायचे झाले तर, हा प्रश्न मी दिवसातून किमान तीन वेळा विचारतो आणि जास्तीतजास्त पाच वेळेला.

आपले यश ओळखायला शिका

संवाद सुरू असताना एक वेळ अशी येईल जेव्हा कोणी ना कोणी तुम्हाला सांगेल, की 'आणखी सांगण्यासारखे काहीही नाही', अशा वेळेला हृदयाची धडधड वाढणे, थोडीशी भीती वाटणे ही अगदी सर्वसाधारण बाब आहे.

या प्रतिक्रियेकडे यश म्हणून पाहा. समोरच्या व्यक्तीकडून 'आणखी काहीही सांगण्यासारखे नाही', अशी प्रतिक्रिया येणे आपल्याला अपेक्षित नव्हते. संबंधित विषयाची अधिक माहिती मिळवण्याची आता गरज उरलेली नाही असा याचा अर्थ होतो. तेव्हा एक दीर्घ श्वास घ्या आणि पुढच्या प्रश्नाकडे वळा.

योग्य वेळ आल्यानंतरच पुढे जा

संवादातील ऊर्जा कमी होत चालली आहे असे जेव्हा आपल्याला जाणवेल, तेव्हा आपण संवाद साधत असलेल्या विषयावरील दृष्टिकोन सोडून आता पुढे जाण्याची वेळ आलेली आहे, हे लक्षात घ्यावे. तो संवाद आता समाप्तीच्या दिशेने जात आहे हे लक्षात घेऊन 'आणखी काही?' या प्रश्नाचेच आणखी एक दुसरे सशक्त रूप 'आणखी काही राहिले आहे का?' असे जरूर विचारा. आपला संवाद तर संपत आलेला आहे, परंतु तरीही जर खरोखरीच काही सांगायचे राहिलेले असेल, तर ते समोर ठेवता येऊ शकते, असा संदेश त्यातून देता येऊ शकतो.

‘आणखी काही?’ हा प्रश्न विचारणे म्हणजे नव्या नव्या शक्यता निर्माण करण्याचा आणि त्यांना आपल्या समोर आणण्याचा एक सर्वांत वेगवान आणि सोपा मार्ग आहे.

जरा जास्तच दूर निघून जाणे : निवडीतील विरोधाभास

पर्याय उपलब्ध असणे ही चांगली गोष्ट आहे. ‘आणखी काही?’ हा प्रश्न विचारणे म्हणजे नव्या शक्यता समोर आणण्याचा एक सर्वांत वेगवान आणि सोपा मार्ग आहे.

परंतु प्रत्येक वेळी अनेक पर्याय उपलब्ध असणे हेदेखील चांगले नसते.

सन २००४साली प्रकाशित झालेल्या ‘पॅराडॉक्स ऑफ चॉईस’ या पुस्तकाचे लेखक बॅरी श्वाटर्ज (ते याच नावाने व्याख्यानेसुद्धा देत असत) यांनी किराणा मालाच्या एका दुकानातील ग्राहकांवर केलेला एक महत्त्वपूर्ण अभ्यास त्यांनी प्रकाशात आणला. किराणा मालाच्या एका दुकानामध्ये ‘जॅम डे’ साजरा केला जात होता. स्टॉलवर जॅमचे सहा प्रकार मांडून ठेवलेले होते आणि दुसऱ्या एका स्टॉलवर जॅमचे २४ प्रकार ठेवण्यात आले होते. ग्राहकांना २४ प्रकार असलेला स्टॉल अधिक आवडत होता. मात्र जे लोक सहा जॅम ठेवलेल्या स्टॉलवरचे जॅम पाहत होते, ते अधिक प्रमाणात जॅम खरेदी करत होते. अधिक प्रकार उपलब्ध असलेल्या दुसऱ्या स्टॉलच्या तुलनेत त्याचे प्रमाण १० टक्क्यांनी अधिक होते. कारण दुसऱ्या स्टॉलवर अधिक पर्याय उपलब्ध असल्याने त्यातून नेमका कोणता जॅम खरेदी करायचा, याची निवड करताना ग्राहकांचा गोंधळ उडत होता.

न्यूरोसायन्स (मेंदूविज्ञान) या विषयातील किती तरी गोष्टी या विषयाबरोबर जोडल्या जाऊ शकतात. याचा प्रारंभ बिंदू म्हणजे जॉर्ज ए. मिलर यांचा १९५६ सालचा एक संशोधन प्रबंध. त्याचे शीर्षक होते, ‘द मॅजिकल नंबर सेव्हन, प्लस ऑर मायनस टू, सम लिमिट्स ऑन अवर कॅपॅसिटी फॉर प्रोसेसिंग इन्फॉर्मेशन’, या शीर्षकावरूनच त्याचा निष्कर्ष काय होता, याचा सुस्पष्ट अंदाज येतो. परंतु, काळ सरत गेला, तसे विज्ञानाने ही संख्या आणखी कमी केली. आपण जितक्या जास्तीत जास्त सूचना लक्षात घेऊ शकतो, अशी आदर्श संख्या ही चार आहे, असे सर्वसाधारणपणे मानले जात होते.

एका अर्थाने विचार करायचा झाला तर, जणू आपले अचेतन मन अशा

प्रकारच्या संख्या मोजते, एक, दोन, तीन, चार... खूप सारे... त्यामुळेच कदाचित आपल्याला चार सदस्यांच्या बँडमधील लोकांची नावे अधिकतर लक्षात राहतात.. मात्र पाचपेक्षा अधिक सदस्यांची नावे लक्षात राहत नाहीत.

'आणखी काही?' हा प्रश्न जेव्हा आपण विचारता, तेव्हा अधिक पर्याय उपलब्ध करून देण्याचा आपला उद्देश कधीच नसतो. समोरच्या व्यक्तीचे विचार जाणून घेण्यावर आपला भर अधिक असतो. (आपल्या विचारांच्या आधाराने पुढे जाण्यापासून स्वतःला रोखणे) आपल्याला तीनपासून पाचपर्यंत उत्तरे मिळत असतील, तर आपण आपल्या उद्देशामध्ये यशस्वी होत आहोत, असा त्याचा अर्थ होतो.

योग्य संधीचा शोध

'आणखी काही?' हा इतका उपयुक्त प्रश्न आहे की कोणत्याही पद्धतीच्या संवादामध्ये आपण त्याला संवादाचा भाग बनवू शकतो.

* 'आपल्या मनात काय सुरू आहे?' असे आपण एखाद्याला विचारता, आणि तो त्याचे उत्तर देतो, तेव्हा त्यानंतर त्याला पुन्हा विचारावे, ''आणखी काही?''

* पुढे जाऊन आपल्याला काय करायचे आहे, हे एखादी व्यक्ती सांगते तेव्हा ''आपण करू शकाल असे आणखी काही आहे का?'' असे विचारून तिला आव्हान द्यावे.

* एखाद्या समस्येच्या मुळाशी जाण्याच्या हेतूने आपण समोरच्याला विचारता, ''इथे आपल्या समोरची नक्की आव्हाने काय आहेत?'' तेव्हा जर त्याचे पहिले उत्तर अस्पष्ट, नीरस आणि अपुरे असेल, तर अधिक खोलात जाण्याच्या हेतूने तुम्ही त्याला 'इथे तुमच्यासाठी आणखी काही आव्हाने आहेत का?' असा प्रश्न विचारून पाहावा.

* 'सध्या काय अधिक महत्त्वाचे आहे?' असे विचारून जेव्हा साप्ताहिक बैठकीची तुम्ही सुरुवात करता, तेव्हा आपल्या प्रश्नावर अधिक जोर देण्यासाठी विचारा, ''आणखी काही?''

* आपल्यातील कुणी नवीन विचार समोर ठेवत असेल, तेव्हा साहस आणि शक्यतेच्या अधिकाधिक शक्यता जाणून घ्याव्यात. चर्चेची सूत्रे आपल्या

हाती राहावीत आणि शक्यतांच्या अधिक खोलात शिरता यावे म्हणून विचारावे, ''यापेक्षा आणखी काही शक्य होऊ शकेल का?''

* नवे विचार मांडत असताना तुम्हाला त्यातच अडकायचे नसेल, तर त्या वातावरणात निर्माण झालेली ऊर्जा टिकून राहण्यासाठी तुम्ही त्यांना ''आणखी काही?'' असे विचारा.

तुमची नवी सवय अशी बनवा

जेव्हा असे होईल...

ते क्षण, त्या व्यक्ती व भावना यांना कागदावर शब्दबद्ध करून ठेवा, कारण ते आपले बदलांना कारण ठरणारे संकेत क्षण असू शकतात.

''आणखी काही?'' हा प्रश्न अतिशय प्रभावी आहे, कारण यामध्ये लोक तुम्हाला अनेकानेक पर्याय सांगतात आणि आपण मात्र शांत असता. त्यामुळे या ठिकाणी हा संकेत बरोबर उलट आहे. कुणी आपल्याला एखादा विचार देतो आहे किंवा आपल्याला काही सल्ला द्यायचा आहे, किंवा आपल्याला अगोदरपासून माहिती आहे अशा एखाद्या गोष्टीचे उत्तर द्यायचे आहे किंवा जोपर्यंत समोरची व्यक्ती 'आणखी काहीही नाही' असे सांगत नाही तोपर्यंत हे करावेसे वाटते.

तेव्हा हे करण्याऐवजी...

आपल्याला जी सवय सोडायची आहे, त्या सवयीबाबत एखाद्या कागदावर सुस्पष्टतेने लिहून काढा.

सर्वसाधारणपणे आपल्या जुन्या सवयीचा संबंध वेळेपूर्वीच पुन्हा सल्ला किंवा समाधान देण्याशी जास्त वेळा असतो. लोकांनी आपले सगळे विचार आपल्यासमोर मांडण्यापूर्वीचा पहिला विचारच स्वीकारून पुढे जाणे किंवा दुसरा, तिसरा विचार स्वीकारून पुढे जाणे हे सहसा होते. समस्या आपल्याला नेमकेपणाने समजलेली आहे किंवा त्याचे उत्तरही सापडलेले आहे असे मानून चालणे किंवा आपल्या हातात नियंत्रण घेऊन संवाद थांबवणे.

मी असे करेन...

आपल्या नव्या सवयीचे वर्णन करावे.

ते निश्चितपणाने असेच असेल.

मी समोरच्याला विचारेन, ''आणखी काही?''

जर तुम्हाला योग्य उत्तर हवे असेल तर आधी योग्य प्रश्न विचारा.

- वेनेसा रेडग्रेव

बॉक्स ऑफ क्रेयॉन्सच्या लॅबमधून

''आणखी काही?'' हा प्रश्न जगातील प्रशिक्षणामधील सर्वश्रेष्ठ प्रश्न आहे असा आपला दावा असेल, तर त्या प्रश्नाच्या पाठीमागे असणारे विज्ञान समजून घेणे निश्चितपणाने आपल्यासाठी उपयुक्त ठरणारे आहे. ही समस्या आम्ही आमच्या संशोधिका लिंडसे यांच्यासमोर जेव्हा ठेवली, त्या वेळी एक सार्थक अशी अंतर्दृष्टी त्यांच्याकडून आम्हाला मिळाली.

या संदर्भात त्यांनी १९२९ साली पहिला संशोधन प्रबंध सादर केला होता. त्यात 'खरे की खोटे' अशा दोन पर्यायांपैकी एक पर्याय वापरून उत्तर देण्यास विद्यार्थ्यांना सांगण्यात आले होते. त्यामध्ये पुनर्विचार करण्याची संधी ज्यांना मिळाली, त्यांनी जास्तीत जास्त प्रश्नांचे योग्य उत्तर त्यांनी दिले. विद्यार्थ्यांच्या दुसऱ्या गटाच्या तुलनेत पहिल्या गटाची कामगिरी चांगली झाली. दुसऱ्या गटाला उत्तर देण्याची दुसरी संधी मिळाली, परंतु पहिली संधी मिळाल्यानंतर त्यांनी आपले उत्तर कागदावर लिहिलेले नव्हते. त्यामुळे दुसऱ्या गटाची कामगिरी पहिल्या गटाच्या तुलनेत अगदीच सुमार झाली. या अध्ययनातून असे लक्षात आले की, एखाद्या उत्तरावर आपण ठाम होण्यापूर्वी त्यावर ठोस विचार करण्याची दुसरी संधी मिळाल्यास त्यातील अचूकता वाढत जाते. अलीकडच्या अध्ययनातून समोर आले की, पुन्हा पुन्हा प्रश्न विचारल्याने अधिक विस्तृत पद्धतीने विचार करण्यास प्रोत्साहन मिळते. (उदा. 'आणखी काही?') त्यामुळे समज विकसित होण्यास आणि सहभाग अधिकाधिक वाढण्यासाठी मदत मिळते.

लिंडसे यांनी आणखी एक संशोधन समोर आणले. तीन वर्षाच्या मुलांना एकत्र करून त्यांना काही खोडकरपणा करण्याची संधी देण्यात आली आणि मनोवैज्ञानिकांनी त्यांचे निरीक्षण केले. पडद्याच्या मागे लपवलेल्या खेळण्यांकडे लपूनछपून पाहायला सांगितले आणि त्यानंतर त्यांना विचारले, की त्यांनी

लपूनछपून काय पाहिले? निम्म्याहून अधिक मुलांनी चक्क खोटे सांगितले की, त्यांनी खरोखरीच काही लपून पाहिले नाही. त्यानंतर तिथे कोणते खेळणे ठेवले आहे, असे विचारल्यानंतर मात्र त्याच मुलांनी लगेचच त्या खेळण्याचे नाव अचूकपणे सांगितले.

या लहान मुलांपेक्षा आपण फार काही वेगळे नाही. पडद्याच्या मागे लपलेली होती अशी कोणती ना कोणती गोष्ट दुसऱ्यांदा विचारणा केल्यानंतर सर्वसाधारणपणे नक्की समोर येते. हे करण्यासाठी सर्वांत प्रभावी मार्ग आहे तो म्हणजे एकच प्रश्न विचारावा, ''आणखी काही?''

प्रश्नांचा मास्टरक्लास भाग ३

आपण आलंकारिक प्रश्न विचारावेत का?

हॉलीवूडचा प्रख्यात चित्रपट 'द गॉडफादर'मध्ये खतरनाक गँगस्टरची भूमिका करणारे अभिनेता मर्लन ब्रांडो यांचे एक वाक्य आहे, ''मी त्याला असा प्रस्ताव देईन जो धुडकावणे त्याला शक्य होणार नाही.'' याचा दुसरा अर्थ असा होता की जर त्याने माझा प्रस्ताव धुडकावण्याचा प्रयत्न केला तर त्याला त्याच्या अंथरुणावर घोड्याचे रक्ताने माखलेले मुंडके मिळेल आणि त्याचाही शिरच्छेद अशाच पद्धतीने केला जाईल, याचा तो संकेत असेल.

अर्थात, तुमचे काम करवून घेण्यासाठी तुम्ही असा मूर्खपणा कधीच करणार नाही. आपला मार्ग यापेक्षा निश्चितच सभ्य असेल. आता आपल्याला हे माहीत झाले आहे की आपण कमीत कमी सल्ला द्यायचा आहे आणि अधिकाधिक प्रश्न विचारायचे आहेत. त्याचप्रमाणे आता आपल्याला पूर्ण खात्री असेल की, ज्या समस्येवर चर्चा सुरू आहे, त्याचे उत्तर तुम्हाला अगदी पूर्णपणे माहीत आहे. याचा अर्थ आता आपण खोटे प्रश्न विचारण्याचे पूर्ण कौशल्य प्राप्त केलेले आहे.

''आपण हा विचार केला आहे का?...''

''आणि त्याचे काय?..''

''आपण या संदर्भात विचार केला आहे का?''

प्रश्न विचारल्यानंतर सल्ला देणे बंद करा.

कारण जर पुन्हा प्रश्नांच्या आडून पुन्हा तुम्ही सल्लाच देऊ पाहत असाल, तर त्याचा अर्थ तुम्ही प्रश्न विचारला आहे असे अजिबात होत नाही.

जर तुमच्याजवळ अजून काही विचार असतील तर जरा थांबा. पहिल्यांदा विचारा, ''आणखी काही?'' कदाचित तुमच्या मनात जे विचार येत आहेत, तेच

विचार समोरची व्यक्ती तुमच्यासमोर ठेवेल. जर समोरच्याने तसे केले नाही तर तुम्ही तुमचे विचार त्याच्यासमोर ठेवू शकता. परंतु ते खोट्या प्रश्नाच्या रूपात नाही तर एका विचाराच्या रूपामध्येच ते समोर ठेवा.

ही पाहा तुमची नवी सवय

जेव्हा असे असेल की..

माझ्याकडे उत्तर आहे आणि ते मला समोरच्यांना सूचनेच्या स्वरूपात सांगायचे आहे.

तेव्हा हे असे करण्याऐवजी..

''आपण हा विचार केला आहे का?'' किंवा ''आणि त्याचे काय?'' यासारखे प्रश्न विचारणे आणि केवळ प्रश्न विचारण्याच्या बहाण्याने पुन्हा सल्ला द्यायचाच आहे,

मी हे करेन...

सात प्रमुख प्रश्नांपैकी एक प्रश्न विचारेन. जर काही विचार मांडायचा असेल, तर त्याला प्रश्नाचे स्वरूप न देता पर्याय या स्वरूपात सर्वांसमोर ठेवेन.

लक्ष केंद्रित करण्यासंबंधातील प्रश्न

चुकीची समस्या सोडवण्यामध्ये आपला मौल्यवान वेळ आणि ऊर्जा वाया घालवत राहणे कसे थांबवावे, हे आपण जाणून घेणार आहोत.

एक प्रकारे युरेकाच!

विज्ञानाचे क्षेत्र हे योगायोगाने लागलेल्या अनेकविध शोधांनी भरलेले आहे. विलियम पर्किन याने मलेरियावर उपचार शोधत असताना एक दिवस अचानक जगातील पहिली सिंथेटिक डाय मॉवीन बनवली. अँण्ड्रयु फ्लेमिंग यांनी आपल्या प्रयोगशाळेची नीट साफसफाई न करताच सुट्टी घेतली आणि जेव्हा काही काळाने ते परत आले, तेव्हा त्यांना तिथे जगातली पहिली अँटिबायोटिक पेनिसिलिन मिळाली. 'पोस्ट-इट' नोटच्या यशाचे श्रेयसुद्धा एका निरुपयोगी ठरलेल्या डिंकाकडे जाते. 'एन्जीना' नामक रोगावरची मात्रा म्हणून वायग्रा तयार करण्यात आले होते.

आपल्या कंपनीमध्ये मात्र योगायोगाने काहीही होत नाही, हे आपले दुर्भाग्य. जर तुमच्या कंपनीमधील कार्यसंस्कृती ही इतर कंपन्यांसारखीच असेल, तर जिथे काम पूर्ण करणे आणि त्याचे मनासारखे परिणाम मिळवणे, हेच अपेक्षित असते. मी ज्यांच्या समवेत काम केलेले आहे, त्या बहुतांश मॅनेजरसारखेच जर तुम्ही असाल, तर आपल्याला हे खरोखरीच जाणून घेण्याची इच्छा आहे असे मला वाटते.

खरे आव्हान हे आहे की कोणत्याही समस्येची काही लक्षणे आपल्याला समोर दिसू लागली की ती सोडवण्यासाठी, त्यावर उपाय शोधण्यासाठी आपल्या मनात धडपड सुरू झालेली असते. याला 'पावलोवियन कंडिशनिंग' (रशियन

फिजिऑलॉजिस्ट आय. पी. पावलो यांनी वर्णन केलेली संकल्पना) त्यामुळे असे म्हणतात, संपूर्ण जगभरातच आपल्यासारख्या कंपन्यांचे लोक - ज्यांना फारसा अर्थ नसतो - अशा समस्यांवर खूप मेहनत घेऊन त्यावर उपाययोजना शोधून काढतात.

समस्या सोडवण्यासाठी लोक प्रयत्नशील असताना त्याविषयी येणाऱ्या आव्हानांबद्दल जेव्हा ते तुमच्याशी बोलतात, तेव्हा हे लक्षात घ्यावे की ते जे सांगत आहेत ती वास्तविक समस्या असेलच असे नाही. जेव्हा तुम्ही अचानक येऊन गोष्टी सुधारू पाहता, तेव्हा तीन प्रकारची गडबड होते हे लक्षात घ्यायला हवे. कदाचित तुम्ही चुकीच्या समस्येचे उत्तर शोधत असता, तुमच्या टीमने करायला हवे ते कदाचित तुम्ही करत असता आणि ते काम पूर्ण होत नाही.

तुम्ही चुकीच्या समस्येचे उत्तर शोधत राहता

असे होऊ शकते की, आपण एखाद्या आव्हानावर मात करण्याचा एक उत्तम मार्ग शोधून काढलेला आहे. तुमची टीम त्याविषयी चर्चा करीत आहे, परंतु शक्यता अशी आहे की ज्या समस्येवर तुम्ही चर्चा करीत आहात, ती कदाचित समस्याच नसेल. कारण ज्याविषयी सर्वांना माहिती आहे किंवा कोणत्याही पूर्ण स्पष्ट नसलेल्या मुद्द्याचे अर्धवट समाधान मिळवण्यासाठी काही प्रयत्न करत असेल, किंवा फारसा महत्त्वाचा नसलेला मुद्दा, एखादी पूर्वीची समस्या अशा कोणत्याही विषयावर तुमची टीम चर्चा करू शकते.

आपल्या रोमारोमांत समस्या सोडवण्याची, त्यात सुधारणा करण्याची, त्या समस्येवर उत्तर शोधण्याची प्रचंड ऊर्मी निर्माण होते.

जेव्हा आपण स्वतः समस्येचे उत्तर शोधत असाल...

तुमच्या टीमने तुम्हाला खूप चांगल्या रीतीने शिकवलेले आहे की तुम्ही त्यांचे काम सातत्याने करत राहता. त्यामुळे एखादी समस्या जेव्हा समोर येते, तेव्हा त्याचे निराकरण स्वतः करण्याऐवजी ते तुमच्याकडे येतात. कधी कधी तर असे वाटू लागते की, हेच चांगले आहे कारण तुमच्यासाठी आणि त्यांच्यासाठी असे करणे अधिक सोपे असते. परंतु तुमच्या एक गोष्ट लक्षात येते आहे का? आपल्या कामाच्या जोडीने आता टीमचे काम करीत असताना तुमच्यावरील

कामाचा बोजा मात्र चांगलाच वाढलेला आहे. तुम्ही त्या ओझ्याखाली दबले जात आहात. अशा अवस्थेत जर तुम्ही एखाद्या थेरपिस्टच्या ऑफिसमध्ये गेला असता तर ती व्यक्ती मोठ्या समजुतदारपणाने मान हलवत म्हणाली असती, 'हम्म... सहनिर्भरता.'

जेव्हा आपण समस्येचे निराकरण करत नाही.

तुमच्यावर तुमच्या कामाचा ताण असताना आता इतरांच्या समस्या दूर करण्याची जबाबदारीही तुमच्याच खांद्यावर आलेली आहे. पण असंही होऊ शकतं की, त्यांच्या समस्यांची उत्तरे तुमच्याकडेही नसतील. त्यानंतर मग तुम्ही त्यांच्या ई-मेलकडे दुर्लक्ष करता किंवा त्यांनी पाठवलेले कागद ड्रॉवरमध्ये ठेवून विसरून जाता. या समस्येचे उत्तर शोधण्याचा मी लवकरच प्रयत्न करेन असे सांगून वेळ मारून नेता, परंतु यामुळे खरे तर तुम्हीच विकासाच्या मार्गातील प्रमुख अडथळा बनता. त्यामुळे आता तुमची टीम तुमच्यावर गरजेपेक्षा अधिक अवलंबून आहे. मात्र अंतिम परिणाम मिळण्यासाठी जो वेग आवश्यक होता त्याची गतीही मंदावलेली आहे. त्यामुळे बाकी लोक आणि त्यांचे कामही संथगतीने होऊ लागते. आता सर्वांत मोठा अडथळा तर तुम्हीच बनलेले आहात.

समस्या दिसून येताच तातडीने ती सोडवण्यासाठी उडी मारण्याच्या प्रलोभनापासून स्वतःला वाचवायला हवे. समस्या समोर येताक्षणीच (ती पूर्ण समजून न घेता) ती सोडवण्यासाठी बाह्या सरसावून पुढे धावू नका. जरा थांबा आणि शांतपणाने परिस्थितीचा आढावा घ्या. एवढे केलेत तरी समस्येच्या मुळापर्यंत तुम्ही जाऊ शकता. आणि शेवटी खालील प्रश्नावर लक्ष केंद्रित करा. त्यामुळे विशेष फरक नक्की पडेल.

लक्ष केंद्रित करण्यासाठीचा प्रश्न :

इथे आपल्यासाठी खरे आव्हान काय आहे?

आपला मौल्यवान वेळ खरी समस्या सोडवण्यासाठीच सार्थकी लागावा आणि समस्या समोर येता क्षणी ती सोडवण्यासाठी पुढे होऊन वेळ दवडू नये आणि आपली निष्कारण घाई होऊ नये यासाठी हा प्रश्न महत्वाचा आहे. या वाक्याचा नेमका अर्थ काय आहे, इकडे आवर्जून लक्ष द्या.

* **आव्हान काय आहे?** या प्रश्नात लपलेली उत्सुकता आपल्याला योग्य

दिशेने घेऊन जाते, परंतु या प्रश्नाची रचना अशी आहे की प्रश्न जरा संदिग्ध वाटतो. या प्रश्नाचे एक तर सुस्पष्ट उत्तर समोर येईल किंवा मग असे एखादे उत्तर असेल जे काहीसे अस्पष्ट असेल. (किंवा मग ते उत्तर या दोन्ही प्रकारांचे एकत्रीकरण असेल.) सर्वसाधारणपणे यातील कोणतेही उत्तर उपयुक्त ठरत नाही.

* **इथे खरे आव्हान काय आहे?** या प्रश्नावरून असे वाटते की खूप आव्हाने समोर आहेत, परंतु खरोखरीच ज्यांना अर्थ आहे अशी आव्हाने तुम्हाला शोधावी लागतील. जेव्हा एका प्रश्नाचे अनेक अर्थ निघतात, तेव्हा सर्वसाधारणपणाने लोक घाईघाईने पावले उचलण्याऐवजी सखोल विचार करण्यास प्रवृत्त होतात.

* **इथे आपल्यासाठी खरे आव्हान काय आहे?** एखाद्या परिस्थितीमध्ये मोठ्या अमूर्त आव्हानांना सामोरे जाणे सिद्धांतवादी लोकांसाठी खूपच सोपे असते. या प्रश्नाला 'तुमच्यासाठी' या शब्दाची जोड दिल्याने ज्या व्यक्तीला आपण हा प्रश्न विचारतो, त्या व्यक्तीसाठी ही एक व्यक्तिगत बाब बनून जाते. आपल्या आत सुरू असलेल्या संघर्षाला सामोरे जाण्यासाठी आणि आपल्याला पुढे काय करायचे आहे, याचा शोध घेण्याचे बंधन ती स्वीकारते.

आपल्या समोर येणाऱ्या पहिल्या समस्येऐवजी खऱ्या समस्येवर लक्ष केंद्रित करा.

लक्ष केंद्रित करण्यासाठी प्रश्नाच्या अस्पष्टतेचे धुके कसे दूर होते?

लक्ष केंद्रित करण्याचा प्रश्न कसा तयार केला जातो, हे आता आपण जाणता. आपल्या लक्षात येईल, हा प्रश्न आपल्या आणि आपण कोचिंग देत असलेल्या त्या व्यक्तीच्या दरम्यान उद्भवणाऱ्या सगळ्या सर्वसाधारण परंतु निष्प्रभावी पॅटर्नना कसे पार करतो हे आपल्याला त्यातून दिसून येते. जेव्हा आपण आव्हानांवर लक्ष केंद्रित करण्याचा प्रयत्न करता, तेव्हा या पॅटर्नमुळेच गोष्टी धूसर राहतात, स्पष्ट होत नाहीत. 'बॉक्स ऑफ क्रेयॉन्स'मध्ये आम्ही या पॅटर्नला 'धुक्याचा फुगा' म्हणतो. यात तीन पॅटर्न नेहमी दिसून येतात – आव्हानांचा प्रसार, सैतानाचे कोचिंग आणि अमूर्तता व सामान्यीकरण.

आव्हानांचा प्रसार

आपल्या सात प्रमुख प्रश्नांमधील पहिल्या प्रश्नावर तुम्ही प्रभुत्व मिळवलेले आहे. पूर्ण आत्मविश्वासाने या आव्हानांना तुम्ही सामोरे जाता आणि विचारता, 'मग, तुमच्या मनात काय सुरू आहे?''

उत्तरादाखल समोरची व्यक्ती सांगते, ''आमच्या संकेतस्थळाचा प्रकल्प सुरू होऊन फक्त तीन आठवडे झालेले आहेत. परंतु आत्तापासून आम्ही एक महिना मागे पडलो आहोत अशी स्थिती झाली आहे. शिवाय, एल्बर्टचे नेमके काय चालले आहे तेच कळत नाही. तो मौनालाही संवाद मानू लागला आहे. याशिवाय, मार्केटिंग टीमकडून लाँचिंगसंदर्भात कोणतीही प्रतिक्रिया मिळालेली नाही आणि 'प्रोजेक्ट टॉपिक थंडर'च्या बजेटसंदर्भातही मला चिंता लागून राहिलेली आहे. आज मी माझी गाडी चालवत असताना त्याच्या इंजिनमधून 'टकटक' असा आवाज येऊ लागला...''

'डिगेरिडू' हे ऑस्ट्रेलियातील आदिम वाद्य वाजवताना तुम्ही कधी कुणाला पाहिले असेल तर त्याला पाहून आपल्याला असे वाटते की, एकही श्वास न घेता वादक सातत्याने त्यामध्ये श्वास फुंकतो आहे आणि वाद्य वाजते आहे. वास्तविक तो त्या वेळी 'सर्क्युलर ब्रिदिंग' करीत असतो (नाकाने श्वास घेऊन तोंडाने सोडणे). आपणही कधीतरी हे करून पाहा. आपल्याला हे जमणारच नाही असे वाटते. परंतु, आपल्या समोर बसलेल्या त्या व्यक्तीसाठी हे अशक्य नाही. 'मग, तुमच्या मनात काय सुरू आहे?' या अशा एका छोट्या प्रश्नाने त्याच्या आतील चिंतेची अंतहीन धारा जागृत होऊन जाते.

कदाचित सात प्रमुख प्रश्नांपैकी दुसऱ्या प्रश्नावर आपण प्रभुत्व मिळवलेले असेल. परंतु या क्षणी आपण कधीही असे विचारणार नाही की, ''आणखी काही?'' कारण आपण अगोदरच दबावाखाली असाल.

सर्व समस्या क्रमबद्ध केल्याने आपल्याला थोडी चिंता वाटू लागते. परंतु चिंतेच्या जोडीला आपण समाधानही अनुभवत असाल. इतक्या सर्व समस्या स्पष्ट झाल्याने आपण अशा एका अवस्थेत आहात, जिथे सल्ला देताना आपण अनेक प्रकारांनी मदत करू शकता. प्रश्न इतकाच असतो की सुरुवात नेमकी कुठून करायची? समोर येणाऱ्या पहिल्या समस्येपासून सुरुवात करायची की ज्याचे समाधान करण्याविषयी तुम्ही आश्वस्त आहात त्याविषयी.

किंवा मग, ही तुमची नवी सवय असू शकेल अथवा वरीलपैकी कुठलीही सवय नसेल.

सल्ला किंवा समाधान देणाऱ्या वळणावर जाण्याऐवजी आपण लक्ष केंद्रित करणारा प्रश्न विचारता, ''इथे तुमच्यासाठी खरे आव्हान कोणते आहे?''

एका चांगल्या प्रश्नाशिवाय एका चांगल्या उत्तराचे काहीही अस्तित्व नसते.

- क्लेटन क्रिस्टेंन्सेन

आव्हाने वाढण्याची लक्षणे

आपण कधी पॉपकॉर्न बनवले आहेत का? पहिल्यांदा एक दाणा फुलतो, मग दुसरा, त्यानंतर आणखी एक. मग सगळे दाणे फुलून उडायला लागतात. समस्यासुद्धा अशाच रीतीने वाढत जातात.

समस्या वाढत असताना त्यांना रोखणे

आपल्या समोर असणाऱ्या विविध आव्हानांपैकी एक आव्हान प्रारंभ बिंदू म्हणून निवडा आणि त्यावर काम करण्याचे प्रलोभन समोर असले तरी त्यापासून सावध राहा. (आपल्याला कोणते आव्हान निवडायचे आहे. याविषयी आपण भलेही निश्चिंत असलात तरीदेखील हे भान जरूर ठेवा.) त्याऐवजी असा प्रश्न विचारा...

''जर तुम्हाला यातील कोणत्याही एका आव्हानावर लक्ष केंद्रित करण्यास सांगण्यात आले, तर आपण कशाची निवड कराल?''

सैतानाचे कोचिंग

'आपल्या मनात काय सुरू आहे?' आपण अगदी मनःपूर्वक जिज्ञासेने प्रश्न विचारता.

''मी जॉनविषयी विचार करतो आहे.''

''जॉनविषयी?''

''हो. खरोखरीच जॉन एखाद्या वाईट स्वप्नाहून कमी नाही. वर्तमानातील कामावर लक्ष केंद्रित करण्याबाबत इतकी नकारात्मक दुसरी व्यक्ती माझ्या पाहण्यात नाही. जॉन प्रत्येक चमकणाऱ्या गोष्टीला सोने समजतो. त्याचे लक्ष कधीही एका जागी टिकून राहत नाही. तो नेहमी हवेत किल्ले बांधत असतो. त्याच्यासमवेत काम करणे खरोखरीच एक डोकेदुखी आहे.''

''काय सांगतोस? खरंच? जरा विस्ताराने सांगशील का?'' आपण त्याला अधिकच प्रोत्साहित करता.

''अरे, हे तर काहीही नाही. सत्य आणि वास्तव यांच्याशी जॉनचे नाते जरा कमजोर आहे. तो खोटे बोलतो असे नाही. फक्त एवढेच की जॉनच्या खरे आणि खोट्यामध्ये फारसे अंतर नसते.''

''ओह.. अच्छा. आणखी काही?''

''हा.. एकदा तर त्याने...''

आणि मग अशा तऱ्हेने पुढची चाळीस-पंचेचाळीस मिनिटे तुमच्या जॉनविषयी गप्पा रंगत जातात. हा एक मजेदार संवाद आहे, यात काहीही शंका नाही. दोघांनाही शेवटपर्यंत त्या गप्पांमध्ये आनंद मिळत असतो. जॉनमध्ये किती कमतरता आहेत आणि आपण दोघे कसे श्रेष्ठ आहोत, हेच सगळ्या गप्पांचे सार असते. आपण समोरच्या व्यक्तीला उत्तम रीतीने चालना दिली, हे आपल्यालाही जाणवते. कारण आपण त्याचे बोलणे लक्षपूर्वक ऐकले असतेच परंतु दोघांमध्ये संवादाचे घट्ट नाते निर्माण करण्यातही तुम्ही यशस्वी ठरलेले असता. परंतु याला प्रशिक्षण (कोचिंग) म्हणता येणार नाही. याला उत्तम रीतीने 'मॅनेज' करणे म्हणता येऊ शकेल. खरे पाहायचे झाले तर या बिनकामाच्या गप्पा आहेत किंवा आणखी स्पष्ट शब्दांत सांगायचे झाले तर हा चुगलखोरपणा झाला.

सर्वांत महत्त्वाचे आहे ते हे की, आपण आपल्या समोर उपस्थित असणाऱ्या व्यक्तीलाच शिकवू शकता. कोणत्याही तिसऱ्या गोष्टीविषयी (ती बरेचदा एखादी व्यक्तीच असते किंवा मग कधी कधी एखादा प्रकल्प किंवा एखादी परिस्थितीसुद्धा असू शकते) बोलणे कितीही आकर्षक किंवा गमतीशीर वाटले, तरीदेखील आपल्या समोर बसलेल्या व्यक्तीच्या समस्या समोर आणण्यालाच आपले प्राधान्य असायला हवे. वरील उदाहरणाचाच विचार करून सांगायचे झाले तर, तो संवाद कोचिंगशी संबंधित तेव्हाच होईल, जेव्हा संवादाचा विषय जॉन नसेल तर आपल्या

समोर बसलेली व्यक्ती जॉनला कशा पद्धतीने हाताळते हा असेल.

या बिंदूवर आपले लक्ष केंद्रित करणारा प्रश्न समोर येईल. तो म्हणजे, ''मग इथे आपल्यापुढे कोणते आव्हान आहे?''

सैतानाच्या कोचिंगची लक्षणे

तिसऱ्या व्यक्तीविषयी तो सातत्याने बोलत राहील. आपल्या बॉसविषयी वाईट बोलणे, एखाद्या ग्राहकासमवेत झालेल्या संवादाला तक्रारीच्या सुरात मांडून त्यावर चर्चा करणे, टीमच्या एखाद्या सदस्यामुळे चिंताक्रांत होणे, किंवा एखाद्या प्रकल्पासंबंधात जी परिस्थिती आहे, त्याविषयीच्या नव्या प्रतिक्रियांवर तक्रारीच्या सुरात प्रतिक्रिया देणे, प्रकल्पाच्या वाढत्या गरजांनुसार त्रस्त होणे, व्यावसायिक एकत्रीकरणाच्या प्रभावांविषयी चिंता करत बसणे.

सैतानाच्या कोचिंगवरचे उत्तर

आपल्या समोर जी व्यक्ती बसलेली आहे, तिच्याशी संवाद साधण्यावर भर देऊन तिथेच लक्ष केंद्रित करा. जे घडत आहे ते स्वीकारा आणि मग लक्ष केंद्रित करण्यासाठी प्रश्न विचारा, तो साधारण अशा प्रकारचा असेल.

''हे बघा, मला कल्पना आहे की, (इथे व्यक्तीचे नाव घ्या) याच्याबाबतीत काय सुरू आहे. पण इथे आपल्यासाठी नेमके आव्हान काय आहे?''

अमूर्तता आणि सामान्यीकरण

आपण साध्या शब्दांत विचारता, ''मग, तुमच्या मनात काय सुरू आहे?''

''आपण मला विचारले याचा आनंद आहे. आपण या संदर्भात एचबीआरचा ताजा ब्लॉग वाचला आहे का? त्यामध्ये डावपेच (स्ट्रॅटर्जी) व संघर्षावर आधारित काही चांगले विचार प्रदर्शित करण्यात आलेले आहेत. आणि मला कल्पना आहे की हासुद्धा एक प्रकल्पाचाच भाग आहे. आणि त्यावर आमचे लक्षही असते. आमची वरिष्ठ टीमसुद्धा विचार करत आहे की...''

आपण सहमतीने मान डोलावता आणि त्यानंतर अपेक्षा करता की, ती लवकरच मूळ मुद्द्यावर येईल.

सर्वसाधारणपणे सांस्कृतिक बदलामध्ये खरे आव्हान हे असते की, नेत्याचे अनुभव आणि बाकी लोकांच्या अनुभवात खूप अंतर असते. याला 'मॅराथॉन

इफेक्ट' म्हणतात, असे मी ऐकले आहे.

याचा अर्थ असा आहे की कंपनीतील नेतृत्व हे अन्य लोकांआधीच सीमारेषा पार करून शर्यत पूर्ण करते. या संदर्भात एडगर शेहेन यांनी आपल्या पुस्तकात काही रंजक गोष्टी सांगितल्या आहेत...

आता तुमचे मन निराश होऊ लागते. कदाचित ती अशीच बडबड करत राहील आणि मूळ मुद्द्यावर येणारच नाही.

अशा गप्पा रंजक नसतात असे नाही. परंतु अनेकदा हा संवाद पुस्तकी, छापील संवादांसारखा होत जातो. किंवा मग, कुणी अधिकारी कंपनीच्या विविध गोष्टींची माहिती देत आहे, असे वाटत राहते. परंतु शेवटी समस्या ओळखून त्याचे उत्तर शोधण्याच्या दृष्टीने तो संवाद चर्चेच्या पातळीवर केव्हा येईल, हे खरे आव्हान बनून राहते.

हीच ती वेळ असते जेव्हा आपण लक्ष केंद्रित करणारा प्रश्न विचारायला हवा : 'तर मग, इथे आपल्यासाठी खरे आव्हान कोणते आहे?'

अमूर्तता आणि सामान्यीकरणाची लक्षणे

कंपनीमध्ये काय सुरू आहे, याविषयी विस्तृत अशा दृष्टिकोनासह सविस्तर संवाद सुरू आहे. आपल्या समोर बसलेली व्यक्ती ज्या विषयावर बोलते आहे, तो त्याचा भाग आहे की नाही, की फक्त एक अवलोकनकर्ता आहे हेच कळत नाही. अशा परिस्थितीत 'मी' आणि 'माझ्याविषयी' नाही; तर 'आपण' आणि 'आपले' याविषयी बोलणे होत असते.

अमूर्तता आणि सामान्यीकरणावरील उपाय

आपण जर भरकटत आहात असे आपल्या लक्षात आले, तर समोर बसलेल्या व्यक्तीला खऱ्या आव्हानाच्या समोर नेणे आणि त्या व्यक्तीचा त्या आव्हानाशी असलेला संबंध सांगण्याचा काही उपाय शोधावा लागेल. 'सैतानाच्या कोचिंग'प्रमाणे तो संवाद पुन्हा एकदा आपल्या समोर बसलेल्या व्यक्तीवर केंद्रित करणे महत्त्वाचे आहे. असे करण्यासाठी आपल्याला असा एखादा प्रश्न विचारावा लागेल, ''हे पाहा, मला समस्यांचे व्यापक स्वरूप माहीत आहे, परंतु इथे आपल्यासाठी खरे आव्हान कोणते आहे?''

प्रदर्शनापासून विकासाकडे

सुरुवातीच्या सत्रांमध्ये मी विकासासाठीचे कोचिंग आणि प्रदर्शनासाठीचे कोचिंग याविषयी सविस्तर चर्चा केली होती. दररोजच्या समस्या कशा सोडवायच्या, याच्याशी संबंधित असलेले कोचिंग प्रदर्शनासाठीचे असते, तर विकासासाठीचे कोचिंग हे समस्या सोडवण्यापेक्षा इतर मोठ्या गोष्टींशी जोडलेले असते आणि समस्या सोडवण्यासाठी प्रयत्नशील असलेल्या व्यक्तीवर लक्ष केंद्रित करण्यावर त्याचा अधिक भर असतो.

आग आणि आग विझवण्यासाठी प्रयत्न करणाऱ्या व्यक्तीमध्ये जो फरक असतो, तोच इथे या दोन्ही प्रकारांमध्ये दिसून येतो.

अधिकाधिक प्रश्नांच्या सुरुवातीला 'आपल्यासाठी' यासारखे शब्द जोडणे, हे संवादाला प्रदर्शनाऐवजी विकासाभिमुख बनवण्याचे सर्वसाधारण तंत्र आहे. होय, समस्यांचे निराकरण या मार्गानेसुद्धा होईलच. परंतु 'तुमच्यासाठी'चा या शब्दाचा उपयोग केल्याने व्यक्तिगत अशी अंतर्दृष्टीसुद्धा प्राप्त होते. या व्यक्तिगत अंतर्दृष्टीने क्षमताही वाढते आणि विकासही अधिक होतो.

या प्रश्नाला प्रभावी बनवण्यासाठी आपल्यासाठी तीन कार्यपद्धती आहेत.

लक्ष केंद्रित करणारा प्रश्न किती प्रभावी आहे, हे आता आपण जाणता. आपल्या संदर्भातसुद्धा हा प्रश्न प्रभावी ठरावा यासाठी आपल्याला काही असे पर्यायि सुचवण्याचा प्रयत्न केलेला आहे.

आपण उपयोगी ठरत आहात यावर विश्वास ठेवा.

सल्ला देण्याची आणि उत्तर देण्याची प्रवृत्ती सोडून आपण जेव्हा प्रश्न विचारण्याची प्रवृत्ती अंगीकाराल, तेव्हा थोडीशी चिंता वाटणे स्वाभाविक आहे : ''मी तर फक्त प्रश्न विचारतो आहे. मी प्रश्न विचारण्याऐवजी इतर काहीही करत नाही, असे लवकरच माझ्या समवेतच्या सगळ्या लोकांना वाटू लागणार आहे.''

प्रश्न विचारल्यानंतर जेव्हा आपण क्षणभरासाठी थांबता, तो क्षण ओळखायला शिका. समोरची व्यक्ती क्षणभर विचार करून आपल्या प्रश्नाचे उत्तर शोधते आहे असे, आपल्या लक्षात येईल. त्या वेळी अनेक नवे 'न्यूरल कनेक्शन' बनत आहेत असेही आपल्याला समजेल.

स्वतःला अधिक आश्वस्त करण्यासाठी सात प्रमुख प्रश्नांपैकी शेवटच्या प्रश्नावर प्रभुत्व मिळवण्याचा प्रयत्न नक्की करा.

''इथे आपल्यासाठी सर्वांत उपयुक्त काय होते?''

तेव्हा आपण समोरच्यासाठी आणि स्वतःसाठी शिकण्याच्या नव्या संधीचे द्वार खुले करता.

आपल्याला योग्य क्षणीच सल्ला द्यायचा आहे हे लक्षात ठेवा.

अचानक कुणी आपल्या केबिनमध्ये येऊन विचारतो की, ''आपल्याला माहीत आहे का हे फोल्डर कुठे ठेवले आहे?'' तेव्हा फोल्डर कुठे ठेवले आहे हे त्याला सांगावे. ''इथे तुमच्यासाठी खरे आव्हान कोणते आहे?'' हा प्रश्न तिथे विचारत बसू नये. कारण असे करणे फारच विचित्र ठरेल. (असे केल्याने आपण व्यस्त असताना त्यात बाधा आणण्याचे प्रकार लोक करत नाहीत. त्यामुळे ही युक्ती पूर्णपणे निरुपयोगी नाही.) एक मॅनेजर आणि लीडर असल्याने तुमच्याकडे प्रश्नांचे उत्तर असणे गरजेचे आहे. ही भूमिका योग्य आहे हे सिद्ध करण्याची कायमस्वरूपी सवय बनू नये, इतकेच भान जागृत व्हावे असा आमचा प्रयत्न आहे.

दुसरा प्रश्न लक्षात ठेवा

एकदा कुणीतरी सांगितले होते की, बेकन (संरक्षित केलेले मांस) सोबत काहीही खाल्ले तरी ते स्वादिष्टच लागते. मांसाहारी असल्याने मी हे मान्यही करतो. अशाच प्रकारे 'आणखी काही?' जोडल्याने प्रत्येक प्रश्न अधिक चांगला बनतो.

'इथे तुमच्यासाठी खरे आव्हान कोणते आहे' हे विचारणे चांगले आहे.

परंतु या प्रश्नामध्ये 'आणखी काही?' जोडल्याने हा प्रश्न अधिक चांगला होऊन जाईल.

आपली नवी सवय इथे निर्माण करा.

जेव्हा असे होईल..

त्या क्षणांविषयी, त्या लोकांविषयी आणि त्या भावनांविषयी कागदावर लिहून काढा, ज्या तुमच्यासाठी संकेत म्हणून काम करतात.

आपण इथे – चुकीच्या समस्यांवर गरजेपेक्षा अधिक काम करणे – हा पॅटर्न तोडत आहोत. त्यामुळे कोणत्याही आव्हानावर लक्ष केंद्रित करणे हा तुमचा ट्रिगर (संकेत) असू शकतो. बऱ्याचदा संदिग्धतेत राहून आपल्या आव्हानांची ओळख करून घेण्याऐवजी सुधारणा करण्याचे मार्ग सुचवणे केव्हाही सोपे वाटते. परंतु याच बिंदूत त्या प्रश्नाची खरी शक्ती सामावलेली आहे. एखाद्या आव्हानाविषयी किंवा प्रकल्पाविषयी तुमची टीम चर्चा करीत असेल आणि ती चर्चा उत्तरांच्या दिशेने जात असेल तर तोच तुमचा ट्रिगर (संकेत) ठरू शकतो. किंवा आपल्या टीमचा एखादा सदस्य जेव्हा एखाद्या समस्येशी झगडत असेल आणि खरोखरीच आपल्या आव्हानांचा त्याला अंदाज आहे की नाही, याविषयी आपल्याला खात्री नसेल तर तोही ट्रिगर (संकेत) ठरू शकतो. त्या नंतर तुमच्या समोर आलेल्या आव्हानाविषयी जेव्हा तुम्ही साशंक असाल आणि त्याविषयी चिंतित आणि भयभीत असाल, तेव्हाही तो संकेत (ट्रिगर) ठरू शकतो.

अशा वेळी हे करण्याऐवजी...

आपल्याला जी सवय सोडायची आहे ती पूर्ण स्पष्टतेने कागदावर लिहून काढा.

तुमच्या डोळ्यांसमोर सर्व स्पष्ट नसणे हीच जुनी सवय तुम्हाला तोडायची आहे. अशा वेळी 'हे करण्याऐवजी'चा अर्थ आहे की आपल्यासमोर येणाऱ्या पहिल्या आव्हानालाच खरे आव्हान माना आणि ते आव्हान अस्पष्ट स्वरूपात का असेना, परंतु लोकांना समजावे म्हणून उच्च स्तरीय पद्धतीने सादर करा. किंवा आपल्यासमोर अनेक आव्हाने असतील आणि आपण त्या सगळ्यांचे उत्तर शोधण्याचा प्रयत्न करीत असाल किंवा आपल्याला सर्वच आव्हाने तितकीच महत्त्वाची वाटत असतील किंवा समस्या एखाद्या व्यक्तीची असेल (किंवा एखादी व्यक्तीच समस्या असेल) किंवा मग आपण जेव्हा या गोष्टीवर लक्ष केंद्रित न करता, आपल्यासमोर आव्हान नेमके कोणते आहे, याचा विचार न करता थेट काम सुरू कराल, तेव्हा हे सारे करण्याऐवजी...

मी हे करेन...

आपल्या नव्या सवयीचे वर्णन करा.

मी निश्चितपणे सांगू शकतो की हे काहीसे असे असेल, ''स्पष्टपणे विचारा की इथे तुमच्यासाठी खरे आव्हान कोणते आहे?''

बॉक्स ऑफ क्रेयॉन्सच्या प्रयोगशाळेतून

या प्रश्नाच्या मागे असणाऱ्या सक्रिय विज्ञानाच्या खोलात जाण्यास आम्ही आमच्या संशोधिका लिंडसे यांना जेव्हा सांगितले, तेव्हा लक्ष केंद्रित करण्यासाठी लोकांची मदत करणे किती महत्त्वाचे आहे हे दाखवून देणारे अनेक अभ्यास त्यांनी आमच्यासमोर सादर केले. आपल्याला कदाचित लक्षात असेल की मागच्या पाठामध्ये मी बॅरी श्वार्ट्झ यांनी लिहिलेल्या 'द पॅराडॉक्स ऑफ चॉईस' या पुस्तकाचा उल्लेख केला होता. मी सांगितले होते, की मर्यादित पर्याय असल्याकारणाने, दबावाखाली येण्याच्या संधी आणि मल्टिटास्किंगची शक्यता कमी होऊन जाते, परंतु हा प्रश्न रचनात्मकतेला मुक्त करण्याच्या आणि टाळाटाळ करण्याच्या प्रवृत्तीला विलीन करण्याच्या दृष्टीने फक्त लक्ष केंद्रित करण्याच्या संधी उपलब्ध करण्यापुरता मर्यादित नाही.

'तुमच्यासाठी' हे दोन शब्द लक्ष केंद्रित करण्याच्या प्रश्नाला अधिक प्रभावी बनवतात. १९९७ साली गणिताच्या प्रश्नांमध्ये 'तुम्ही' या शब्दाचा वापर केल्याने निर्माण होत असलेल्या प्रभावाविषयीचा एक अभ्यास सादर करण्यात आला होता. त्यामध्ये कठीण प्रश्नांची एक मालिका समाविष्ट करण्यात आलेली होती. या अभ्यासानुसार, जेव्हा प्रश्नांच्या रचनेमध्ये जेव्हा 'तुम्ही' हा शब्द समाविष्ट होतो, तेव्हा तो प्रश्न दुसऱ्यांदा सांगण्याची गरज कमी पडते आणि कमी वेळेत अधिक अचूक पद्धतीने लोक हे गणित सोडवतात.

तुम्ही जेव्हा लोकांना हा प्रश्न विचारता, तेव्हा त्यामध्ये या अंतर्दृष्टीचा लाभ घेऊ शकता. प्रश्नात 'तुमच्यासाठी' हा शब्द जोडल्याने लोकांना त्यांचे उत्तर शोधण्यासाठी मदत तर मिळतेच, पण ते अधिक अचूक उत्तर देतात.

प्रश्नांचा मास्टरक्लास भाग ४

'काय' या शब्दाचा समावेश असेल, असाच प्रश्न विचारा.

१९९०च्या दशकातील पीटर सेंगे हे एक माननीय व्यक्तिमत्त्व होते. त्यांचे 'द फिफ्थ डिसिप्लीन' हे पुस्तक आणि त्यांची लर्निंग ऑर्गनायझेशनची कल्पना अधिकारी वर्गामध्ये खूप लोकप्रिय झालेली होती. त्यांनी जी विविध टूल्स सांगितलेली होती, त्यामध्ये एक होते 'द फाईव्ह व्हाईज' ही एक स्पष्ट अशी प्रक्रिया होती, ज्यामध्ये 'वेळोवेळी समोर येणाऱ्या हानिकारक समस्येच्या' मुळापर्यंत पोहोचण्यासाठी एखाद्या गोष्टीमार्फत त्याच्या मागे जाता येत असे.

सायमन सिनेक यांनी 'स्टार्ट विद व्हाय : हाऊ ग्रेट लीडर्स इन्स्पायर एव्हरीवन टू टेक ॲक्शन' या आपल्या पुस्तकामध्ये याच संकल्पनेचा पुढे विस्तार केला. (त्याविषयीचे एक उत्तम संभाषणसुद्धा उपलब्ध आहे.) सिनेक यांच्या मते, एखाद्या कंपनीला आपल्या लोकांना, ग्राहकांना आणि कर्मचाऱ्यांना प्रभावित करायचे असेल तर ही कंपनी अस्तित्वात 'का' आली, हे त्यांना स्पष्ट होणे गरजेचे आहे. ही स्पष्टताच त्यांचा आधार बनणे गरजेचे आहे.

आपण या दोन्ही लेखकांच्या दृष्टिकोनांकडे फारसे लक्ष देऊ नये.

होय. कंपनीच्या वाटचालीमध्ये 'का' हा प्रश्न विचारण्याची एक योग्य संधी, योग्य वेळ निश्चितपणाने असते. परंतु एक मॅनेजर म्हणून आपण आपल्या संघाबरोबर असताना, एखादी गंभीर चर्चा सुरू असताना मात्र असा प्रश्न विचारणे योग्य नाही.

* **तुम्ही तुमच्या टीमला अचानक बचावात्मक पवित्रा घ्यायला लावाल :** आपला बोलण्याचा स्वर जरासा जरी बिघडला आणि 'का?' या शब्दाचा समावेश असलेला प्रश्न त्यांच्यावर येऊन आदळला, तर त्यांना असे वाटेल की आपण जणू म्हणत आहात, ''हा काय फालतूपणा आहे. आपण सगळेजण

कसली समजूत करून घेऊन बसला आहात?'' या नंतर काहीही सकारात्मक नसेल, फक्त गडबड झालेली असेल.

* **समस्या सोडवण्याच्या प्रयत्नांत तुम्ही गुंतलेले असताः** तुम्हाला अधिक विस्ताराने ते सगळे प्रकरण समजून घ्यायचे असते आणि ती समस्या सोडवायची असते म्हणून तुम्ही 'का' हा प्रश्न विचारता. अशा रीतीने तुम्ही पुन्हा एकदा त्या दुष्टचक्रामध्ये अडकून जाता. कारण तुमची टीम (संघ) तुमच्यावर नको इतकी निर्भर राहते आणि तुम्ही अतिरिक्त कामाच्या ओझ्याखाली दबून जाता.

जर आपण गोष्टींचा झालेला गुंता सोडवण्याचा प्रयत्न करीत नसाल, तर आपल्याला कोणत्याही पार्श्वभूमीची गरज नाही.

'काय' हा शब्द असेल असेच प्रश्न विचारा आणि ज्यामध्ये 'का' हा शब्द येतो त्या प्रश्नांपासून स्वतःला वाचवण्याचा प्रयत्न करा. या पुस्तकात दिलेल्या सात प्रमुख प्रश्नांपैकी सहा प्रश्न हे 'काय' शब्द असणारे प्रश्न आहेत, ही काही योगायोगाची गोष्ट नाही.

ही आहे आपली नवी सवय

जब जेव्हा असे होईल..

जेव्हा माझ्या मनामध्ये त्यांना 'का?' हा प्रश्न विचारण्याची लालसा उत्पन्न होईल तेव्हा

हे करण्याऐवजी..

कोणताही प्रश्न 'का?' या शब्दाने विचारण्याऐवजी...

मी असे करेन...

मी त्या प्रश्नाची वाक्यरचना बदलून त्याला 'काय' शब्द असणारा प्रश्न बनवेन. उदाहरणादाखल सांगायचे झाले तर, 'तुम्ही असे का केले?' असे विचारण्याऐवजी 'आपण या संदर्भात काय अपेक्षा करीत आहात?' असे विचारता येते. याच धर्तीवर, 'ही एक चांगली कल्पना आहे असे आपल्याला का वाटते?'

असे विचारण्याऐवजी मी विचारेन, 'आपण हे पाऊल उचलण्याचा पर्याय निवडलात त्यामागचे कारण काय आहे?' अशा प्रकारे, 'आपण का त्रस्त होत आहात?' या ऐवजी मी विचारेन, 'आपल्यासाठी इथे काय महत्त्वपूर्ण आहे?'

एक
आगळेवेगळे
संयोजन

पहिल्या तीन प्रमुख प्रश्नांच्या संयोजनाद्वारे तुमची कोचिंगसंबंधातील संवाद साधण्यासाठीची पटकथा तयार होऊ शकते.

हे नेमके प्रश्न किती विविध ठिकाणी उपयोगी आहेत, हे लक्षात आल्यानंतर तुम्हालाही आश्चर्य वाटल्याखेरीज राहणार नाही.

सुरुवात करू या :

तुमच्या मनामध्ये काय सुरू आहे?
संवाद सुरू करण्याचा सर्वोत्तम मार्ग हाच आहे. हा एक मोकळा आणि तितकाच केंद्रित असा प्रश्न आहे.

तपासून घ्या :

आपण जे सांगू इच्छिता, असे आपल्या मनात अजून काय आहे?
समोरच्या व्यक्तीला या संदर्भात असलेल्या आपल्या सर्व गोष्टी मांडण्याचा पर्यायसुद्धा द्यावा.

त्यानंतर लक्ष केंद्रित करण्यास सुरुवात करा :

इथे आपल्यासाठी नेमके आव्हान कुठले आहे?
संवाद आता अगोदरच गांभीर्याने सुरू झालेला आहे. यातील कोणत्या विषयावर लक्ष केंद्रित करणे आपल्यासाठी सर्वांत उपयोगी असेल, हे तुम्हाला पाहावे लागेल.

विचारा :

आणखी काही? (असे काय आहे, जे आपल्यासाठी आता खरोखरीच आव्हान आहे?)

विश्वास ठेवा समोरच्या व्यक्तीकडे तुम्हाला सांगण्यासाठी निश्चितपणाने काही ना काही तरी नक्की आहे. त्याशिवायसुद्धा त्याच्याकडे सांगण्यासारखे खूप काही असेल.

मग तपासून घ्या :

याशिवाय आणखी काही आहे का?

ज्यात खरोखरीच अर्थ आहे, असे काही तरी तुमच्यासमोर नक्की येईल.

आणखी खोलामध्ये जा आणि विचारा:

मग, इथे खरे आव्हान काय आहे?

मूलभूत प्रश्न

परिपक्व नात्यांचा केंद्रबिंदू असणाऱ्या प्रश्नावर इथे चर्चा होईल.

एक प्रगल्भ व्यक्ती कसे बनावे?

पीटर ब्लॉक हे या विषयातील अतिशय उत्तम अभ्यासक आहेत. कामाच्या ठिकाणी आपला व्यवहार कसा असतो, याविषयी त्यांनी विचार मांडलेले आहेत. 'फ्लॉलेस कन्सल्टिंग' आणि 'द आन्सर टू हाऊ इज येस' ही त्यांची दोन पुस्तके आहेत. आपल्या कंपनीमध्ये काम पूर्णत्वास नेण्याचा प्रयत्न करणाऱ्या कोणत्याही व्यक्तीने ही पुस्तके आवर्जून वाचायला हवीत.

पीटर ब्लॉक आपल्या कामाची व्याख्या अशा पद्धतीने करतात. 'लोकांना त्यांच्या स्वातंत्र्याची जबाबदारी देणे' हे एक धाडसी विधान आहे. जो जितकी उत्तरे देईल, तितके नवे प्रश्न त्यातून निर्माण होतील. यातील एक प्रश्न असाही असू शकतो की, 'स्वातंत्र्य म्हणजे नेमके काय?'

याच्या उत्तरादाखल ब्लॉक म्हणतात, की स्वातंत्र्य म्हणजे एक परिपक्व व्यक्ती म्हणून आपल्या ऑफिसमध्ये येऊन काम करण्यास सक्षम असणे आणि आपल्या आसपासच्या लोकांशी तितक्या परिपक्व पद्धतीने व्यवहार करण्याबाबत सक्षम होणे.

मुलभूत प्रश्न : 'तुम्हाला काय हवे आहे?'

आपल्या स्वातंत्र्याची जबाबदारी घेणे हे खूपच अवघड काम आहे. ब्लॉक यांनी परिपक्व/प्रौढ नात्यांना अशा शब्दांत मांडले आहे, ''जिथे समोरचा कदाचित नकार देईल हे माहिती असूनसुद्धा आपण त्याच्याकडून काय अपेक्षित धरता, हे

त्याला तुम्हाला सांगता आले पाहिजे. त्यामुळे एक सोपा परंतु शक्तिशाली असा प्रश्न आहे, तो म्हणजे, 'आपल्याला काय हवे आहे?' मी कधी कधी याला गोल्डफिश प्रश्नही म्हणतो. कारण त्यावर मिळणारी प्रतिक्रिया ही गोल्डफिशसारखीच असते. भीतीने मोठ्ठे झालेले डोळे आणि सातत्याने उघडमीट करणारे तोंड, परंतु त्यातून कोणताही आवाज निघत नाही. खरे तर या प्रश्नाचे उत्तर देणे खूप अवघड आहे कारण...

आपल्याला वास्तवात काय हवे आहे, हेच आपल्याला माहिती नसते. भलेही लोकांनी या प्रश्नाचे उत्तर लगेच दिले असले तरीही त्यांना त्वरेने पुन्हा विचारले की, 'परंतु आपल्याला खरोखरीच काय हवे आहे?' असे विचारल्यानंतर मात्र ते तुमच्या तोंडाकडे फक्त पाहत राहतील.

आपल्याला खरोखरीच काय हवे आहे, हे जर तुम्हाला माहीत असेल, तरीही ते समोरच्याला सांगणे अनेकदा अवघड होऊन जाते. त्यासाठी आपण स्वतःलाच अनेकदा वेगवेगळी कारणे देत राहतो. आत्ता हे करणे योग्य नाही अशी मनाची समजूत घालत राहतो. कधी आपल्याला वाटते की आत्ता सांगण्याची ही वेळ नाही, तर कधी आपण विचार करतो की समोरचा आत्ता नक्की नकार देणार आहे आणि कधी आपल्याला वाटते की समोरच्याला हे मोकळेपणाने सांगणारे आपण कोण आहोत? त्यामुळे आपल्याला जे जाणून घ्यायचे असते, ते बरेचदा अव्यक्तच राहते.

तुम्हाला काय हवे आहे, हे भलेही तुम्हाला माहीत असेल आणि भलेही समोरच्या व्यक्तीला ते सांगण्याचे धाडसही तुमच्याकडे असेल; पण तरीही समोरच्याने तुमच्या गोष्टी चांगल्या पद्धतीने ऐकणे, जाणून घेणे आणि समजून घेणे खूप अवघड असते. कधी कधी यासाठी तुम्ही स्वतःच जबाबदार असता, आपल्याला जे हवे असते, ते शब्दांमध्ये लपवण्याचे कसब तुम्हाला साधलेले असते. किंवा विविध प्रकारच्या शक्यता असल्याने तुमचे लक्ष कमी महत्त्वाच्या गोष्टींमध्ये अडकलेले असते. तुम्ही समोरच्या व्यक्तीला जे काही स्पष्ट संकेत दिलेले आहेत, ते पुरेसे आहेत असा तुम्हाला विश्वास असतो. किंवा मग तुम्ही फिरवून फिरवून जी काही टिपण्णी केलेली आहे, ती पुरेशी आहे असे तुम्ही मानता. त्याचवेळी कधीकधी न ऐकलेल्या काही गोष्टींसाठी समोरचाही जबाबदार असतो. त्याचा एक स्वतःचा म्हणून अजेंडा असतो, स्वतःची एक कार्यपद्धती असते आणि तो त्या पद्धतीनेच निर्णय घेतो. किंवा मग तुम्ही जे सांगितलेले असेल, त्याचा

अर्थ समोरची व्यक्ती आपल्या पूर्वग्रहदूषित दृष्टिकोनातून काही वेगळ्याच पद्धतीने ऐकते आणि ग्रहण करते. किंवा ती व्यक्ती आपले बोलणे ऐकण्याचा फक्त दिखावा करते आणि वास्तवात तिचे तिकडे अजिबात लक्ष नसते.

तुम्हाला माहिती असेल की तुम्हाला काय हवे आहे, जे तुम्ही समोरच्याला स्पष्टपणे सांगितलेही आहे, तुम्हाला जरी असे वाटत असेल की समोरच्याला तुमच्या गोष्टी समजल्या आहेत, तरीही खरोखर सकारात्मक आणि स्पष्ट उत्तर मिळणे अवघड असते.

किंवा असेही होऊ शकते की, आपल्या जे हवे असते त्याऐवजी समोरची व्यक्ती तुमच्या समोर दुसरा पर्याय ठेवते. त्याचवेळी दुसऱ्या बाजूला आपण जर समोरच्या व्यक्तीच्या जागी असाल, तर त्या वेळी त्याला आपल्याकडून जे हवे आहे किंवा तो ज्या गोष्टी सुचवतो आहे, त्यावर आपले उत्तर 'हो' असेच असायला हवे असे बिलकूल गरजेचे नाही. तुम्ही त्याला विनम्रपणाने 'नाही'ही सांगू शकता किंवा त्याला दुसरा पर्याय देऊ शकता.

आपल्या लक्षात येईल की 'आपल्याला काय हवे आहे?' या प्रश्नाचे नेमके उत्तर न मिळण्यामागे अनेक कारणे दडलेली असतात. जॉर्ज बर्नार्ड शॉ यांनी या संदर्भात फार मौलिक विचार व्यक्त केलेले आहेत. 'संवादाची सर्वांत मोठी समस्या म्हणजे संवाद खरोखरीच घडला आहे हा भ्रम असणे होय.'

या संवादाबाबत निःसंदिग्धता नसल्याचे दोघांनाही माहिती असल्याने समोरच्याला त्यांच्याकडून काय हवे आहे, याची कक्षा वा व्याप्ती खूपच व्यापक असते. त्यातून निराशाजनक संवादाची शक्यता अधिकच वाढते.

अर्थात याचा अर्थ सारे काही संपले असा अजिबात नाही. इच्छा आणि गरजा यांच्यातील नेमका फरक लक्षात घेणे, हासुद्धा गोष्टी सोप्या करण्याचा एक मार्ग असतो.

इच्छा आणि गरजा एकमेकांपासून वेगळ्या ठेवणे

लहानपणी जेव्हा मला पहिल्यांदा पॉकेटमनी मिळायला सुरुवात झाली, तेव्हा आई-वडिलांनी मला बचतीचे महत्त्व समजावून सांगितले. इच्छा आणि गरजा यांतील फरक त्यांनी मला समजावून सांगितला. हा एक महत्त्वाचा फरक आहे. मला वाटते की इच्छा आणि गरजा यांच्याविषयी थोडा वेळ शांतपणाने विचार केला तर असे सांगता येईल...

इच्छा : अरेरे! अमुक एक गोष्ट माझ्याकडेसुद्धा असती.

गरज : अमुक एक गोष्ट मला घ्यावीच लागेल.

सैद्धांतिक रूपाने हा फरक खूप महत्त्वाचा ठरतो. परंतु व्यावहारिक पातळीवर प्रत्येक गोष्टीला गरज बनण्यापासून रोखणे हे खरोखरीच अवघड आहे. याचा अर्थ हा फरक आपोआपच नष्ट होऊन जातो. मार्शल रोजेनबर्ग यांनी एनवीसीचा (नॉनव्हायलंट कम्युनिकेशन - अहिंसक संवाद) विचार दिला होता. ही एक महत्त्वाची संवादप्रक्रिया आहे. संघर्षांची परिस्थिती आणि मतभेदांना शांततामय पद्धतीने सोडवण्यासाठी लोकांना सूचनांचे आदानप्रदान करण्यात ही पद्धती मदत करते. इच्छा आणि गरजा यांच्यामध्ये असणारा जो फरक आहे, त्याला 'एनवीसी' या मॉडेलमध्ये रोजेनबर्ग हे व्यावहारिक आणि टिकाऊ रूप देतात.

रोजेनबर्ग यांच्या मॉडेलमध्ये इच्छा सर्वांत वरच्या स्तरावर असतात. कोणत्याही परिस्थितीत आपल्याला ते प्राप्त करण्याची इच्छा असते, असे त्याचे परिणाम असतात. एका निश्चित तारखेला रिपोर्ट प्राप्त करण्यापासून कोणत्या मीटिंगला आपण उपस्थित राहणे गरजेचे आहे, हे नेमकेपणाने जाणून घेणे महत्त्वाचे आहे - इच्छा अशी काहीही असू शकते. ही अशी काहीशी सूचना आहे ज्यामध्ये सर्वसाधारणपणाने 'आपल्याला काय हवे आहे?' या प्रश्नावर प्रतिक्रिया स्वरूपातच प्रतिसाद मिळताना दिसतो.

यापेक्षा गरजा कितीतरी सखोल असतात. त्याची ओळख झाल्याने आपल्या इच्छांना सक्रिय करणाऱ्या ज्या मानवी प्रेरणा असतात, त्यांना समोर आणण्यात आणि समजून घेण्यामध्ये मदत मिळते. अर्थशास्त्रज्ञ मॅनफ्रेड मॅक्स-नीफ यांच्या कामातून प्रेरणा घेतलेले रोजेनबर्ग सांगतात की, सार्वभौमिक असणाऱ्या अशा ९ गरजा असतात.

स्नेह	सर्जन	मनोरंजन
स्वतंत्रता	ओळख	जाण
भागीदारी	सुरक्षा	जीविका

जेव्हा तुम्ही एखाद्याला विचारता, 'तुम्हाला काय हवे आहे?' तेव्हा समोरची व्यक्ती काय उत्तर देते, याकडे जरा लक्ष द्या. त्याच्या व्यक्तिगत अशा मतांच्या मागे असणारी संभावित गरज तुम्हाला ओळखता येते का, हे पाहा. उदाहरणादाखल सांगायचे झाले तर 'आपण उपराष्ट्रपतींशी माझ्याविषयी बोलावे,' असे जेव्हा कुणी सांगते, तेव्हा त्याला सुरक्षा (मी खूप ज्युनियर आहे) किंवा भागीदारीची (मला या प्रोजेक्टमध्ये तुमच्या योगदानाची गरज आहे) गरज असू शकते. त्याचप्रमाणे जेव्हा कुणीतरी आपल्याला सांगत असेल की, 'मी लवकर परत जाऊ इच्छिते,' तेव्हा कदाचित तुम्ही तिची परिस्थिती समजून घ्यावी अशी तिची अपेक्षा असते. (तिच्या घरगुती समस्या वगैरे) किंवा मग तिची सर्जनशील अभिव्यक्तीची गरज असू शकते (मला अमुक एखादा क्लास करणे महत्त्वाचे आहे वगैरे). 'हा रिपोर्ट आपण पुन्हा नव्याने तयार करावा, असे कुणी आपल्याला सांगत असेल, तर कदाचित त्या पाठीमागे त्याची काही गरज असू शकते. स्वतंत्रता (मी स्वतः रिपोर्ट तयार करू इच्छित नाही.) किंवा मग ओळख (तुला माहीत असायला हवे की इथला बॉस मी आहे) किंवा मग परस्परावलंबित्व (तू हे काम चांगल्या रीतीने करावेस, यावर माझे यश अवलंबून आहे).

समोरच्या व्यक्तीची नेमकी गरज काय आहे, हे एकदा समजले की, त्याच्या इच्छेवर आपल्याला काय प्रतिक्रिया द्यायची आहे हे ठरवण्यासाठी आपल्याला मदत मिळते. अर्थात याचा आणखी एक पैलू आहे. जेव्हा तुम्ही तुमच्या एखाद्या इच्छेखातर एखाद्याला विशिष्ट असे काही सांगितले असेल तर त्या पाठीमागे असणारी तुमची गरज तुम्हाला नेमकेपणाने समजते आहे का, हे पाहावे.

एक प्रश्न विचारावा, उत्तरांचे आदानप्रदान करावे

मी कायद्याचा अभ्यास केलेला आहे, परंतु मी काही यशस्वी विद्यार्थी नव्हतो. कायद्याच्या पुस्तकात सांगितलेली, क्वचितच एखादी गोष्ट माझ्या लक्षात राहिली असेल. आमच्याच एका प्रोफेसरने जेव्हा माझ्याविरोधात कायदेशीर केस दाखल केली तेव्हा मला हे कायद्याचे शिक्षण सोडावे लागले. ही फार मोठी कहाणी आहे. मी पुन्हा केव्हा तरी आपल्याला ऐकवेन.

परंतु एक गोष्ट मात्र माझ्या मनात कायम राहिली ती म्हणजे, कोणत्याही कायदेशीर बाबींचे सार म्हणजे दुसरे तिसरे काही नसून मूल्यांचे आदानप्रदान आहे. या सिद्धांतामुळे तुम्हाला तुमच्या सहकाऱ्यांसमवेत अधिक लवचीक आणि अधिक लाभदायक असे परस्परसंबंध तयार करण्यासाठी मदत मिळेल. कधी कधी फक्त प्रश्न विचारणेच पुरेसे असते, तर कधी कधी त्या प्रश्नावर दिलेले उत्तर त्या प्रश्नाला अधिक अर्थपूर्ण बनवते. 'तुम्हाला काय हवे आहे?' हा एक अतिशय प्रभावी प्रश्न आहे. जेव्हा तुम्ही फक्त आपल्या सहकाऱ्यांना हा प्रश्न विचारून थांबत नाही, तर स्वतःही त्याचे उत्तर देता, तेव्हा त्याची शक्ती अधिकच वाढते. ही गोष्ट आपल्याला प्रौढांमध्ये होणाऱ्या संवादाविषयी पीटर ब्लॉक याने सांगितलेल्या गोष्टींपर्यंत घेऊन जाते. सुरुवातीच्या अध्यायात त्याविषयी भाष्य केलेले आहे. जेव्हा दोन्ही व्यक्तींना हे समजते, की समोरच्या व्यक्तीला नेमकेपणाने काय हवे आहे; तेव्हा वास्तव परिस्थितीत त्यांच्यातील संवाद अधिक रंजक आणि सार्थक बनतो. त्याचे एक प्रमुख कारण म्हणजे आपसातील व्यवहाराचे न्यूरो सायन्स किंवा तंत्रिका विज्ञान.

आपले नवे सीमाक्षेत्र : परस्पर व्यवहाराचे तंत्रिका विज्ञान

२१व्या शतकातील चमत्कार असलेल्या लॅपटॉपचा उपयोग करून गुगल अर्थवर तुम्ही फक्त एक क्लिक करता, तेव्हा लक्षात येते की जगात शोध लागलेला नाही अशा गोष्टी खूपच कमी आहेत. आजच्या क्षणाला आपण आपल्या इच्छेनुसार, कोणत्याही देशाचा प्रवास करू शकता. काही साहसी लोक जगातील १९५ देशांची सफर करून आले आहेत.

परंतु ज्ञानाची अशी अनेक क्षेत्रे आहेत, ज्यांचा अजूनही शोध घेतला गेलेला नाही. त्यातला न्युरो सायन्स किंवा तंत्रिका विज्ञान (मेंदूचे अध्ययन) हा विषय अधिक रंजक आहे. एफ-एमआरआय आणि इसीजी मशीन यासारख्या अत्याधुनिक तंत्रामुळे आणि रचनात्मक प्रयोगांचा उपयोग करून आता असे लक्षात येते की नेतृत्वाची कला ही विज्ञानावर आधारित आहे. आपण ज्या लोकांना प्रभावित करतो किंवा ज्यांचे नियोजन करतो, त्यांच्या समवेत आपसातील व्यवहार करण्याचा आमचा प्रयत्न यशस्वी आहे की नाही, हे आपल्याला समजते.

आता आपण या पुस्तकाच्या मूलभूत प्रश्नापर्यंत पोहोचलो आहोत. त्यामुळे तुमची कोचिंगची सवय आणि तुमच्या मेंदूच्या संबंधांवर प्रकाश टाकण्यासाठी

ही सर्वोत्तम अशी वेळ आहे. त्यासाठी आपल्या व्यवहारातील तंत्रिका विज्ञानावर लक्ष केंद्रित करू या.

एका सेकंदात पाच वेळा

तंत्रिका वैज्ञानिक इवान्स गार्डन यांच्या मते, 'रिस्क अँड रिवॉर्ड रिस्पॉन्स (जोखीम आणि पुरस्कार प्रतिक्रिया) हा मेंदूचा मौलिक असा एकीकृत सिद्धांत आहे.

आपला मेंदू अचेतन पातळीवर आपल्या आजूबाजूच्या वातावरणाला एका सेकंदात पाच वेळा स्कॅन करतो आणि स्वतःला विचारतो, हे वातावरण माझ्यासाठी सुरक्षित आहे की धोकादायक आहे?

अर्थातच मेंदूला सुरक्षित वातावरण पसंद असते. जेव्हा सुरक्षित वातावरण आहे असे मेंदूला वाटते, तेव्हा मेंदू सर्वांत प्रभावी रीतीने काम करतो. तेव्हा तुम्ही अधिक बारकाईने विचार करू शकता. अस्पष्ट असणाऱ्या गोष्टींकडे आणि परिस्थितीकडे अधिक चांगल्या रीतीने पाहू शकता. तुमच्या जवळपासच्या लोकांचे मनसुबे चांगले आहेत असे तुम्ही या परिस्थितीत मानून चालता. त्याचप्रमाणे तुम्ही सामूहिक विवेका (कलेक्टिव्ह विजडम)पर्यंत पोहोचता. अशा प्रकारे तुम्ही कर्म करत पुढे जात राहता.

परंतु जेव्हा आपल्या मेंदूला धोक्याची जाणीव होते, तेव्हा त्याची प्रतिक्रिया खूपच वेगळी असते. अशा परिस्थितीमध्ये 'फाईट आणि फ्लाईट रिस्पॉन्स' - मुकाबला करा किंवा पळून जा अशी प्रतिक्रिया दिली जाते. काही लोक त्याला 'एमिग्डला हायजॅक' असेसुद्धा म्हणतात. अशा परिस्थितीत तुमचा मेंदू चांगले किंवा वाईट या दोनच स्वरूपात गोष्टी पाहू शकतो. ते आपल्या सोबत नाहीत तर ते विरोधात आहेत, अशी आपली मनःस्थिती बनून जाते. अशा वेळी तुम्ही तुमच्या चेतन मनाचा पूर्ण उपयोग करण्यामध्ये अक्षम ठरता आणि लाक्षणिक रूपाने (अनेकदा वास्तवातसुद्धा) तुम्ही मागे हटत जाता.

मात्र हा संतुलित निर्णय ठरू शकत नाही. नैसर्गिकरीत्या उत्क्रांत होत जाण्याच्या अशा कारणांमुळे क्षणिक रूपाने आपण पूर्वग्रहाने ग्रस्त होतो आणि

परिस्थिती खूप धोकादायक आहे अशी आपली मनःस्थिती बनते. जरी आपले हे आकलन चुकीचे असले, तरी मानवाच्या क्रमिक विकासाच्या वेळी आपले अस्तित्व वाचवण्यासाठीचा सर्वांत यशस्वी डावपेच हाच असतो की 'नंतर पस्तावण्याऐवजी आत्ता बचाव करणे केव्हाही चांगले.'

दुसऱ्या शब्दांत सांगायचे झाले तर तुम्ही एखाद्या परिस्थितीत निश्चिंत नसाल, तर त्याविषयी तुमचे आकलन हेच असेल की ही परिस्थिती आपल्यासाठी सुरक्षित नाही आणि या परिस्थितीत मागे हटणेच योग्य राहील.

आलंकारिक प्रश्न कधी संपतील?

- जॉर्ज कार्लिन

थांबा, परत या

कामात व्यग्र आणि महत्त्वाकांक्षी मॅनेजर असल्याने तुमच्यासमोर अनेक आव्हाने असतात. आपल्याला ज्यांच्यासमवेत कामकाज आणि संवाद साधायचा असतो, उदा. तुमची टीम, तुमचा बॉस, आपले ग्राहक, तुमचे सप्लायर- तुमची अपेक्षा असते की त्यांनी परस्पर व्यवहारांमध्ये तुमच्यासमवेत राहावे, मागे हटू नये. त्याच्या सोबतीला तुम्हाला या गोष्टीचीही जाणीव होते की तुम्हालाही सुरक्षित राहायचे असते. फाइट ऑर फ्लाईट (मुकाबला करा किंवा पळा) या स्थितीमध्ये राहण्याऐवजी जिथे तुम्ही जोरदार प्रदर्शन करू शकाल, अशा स्थितीमध्ये तुम्हाला राहायचे असते.

मग तुमच्या समोर असणाऱ्या परिस्थितीमध्ये जोखीम असलेल्या परिस्थितीला सामोरे जाण्याऐवजी लाभदायक अशा स्थितीत तुम्हाला राहायचे असेल, तर तुम्ही तुमच्या आणि दुसऱ्यांच्या मेंदूला कशा रीतीने प्रभावित करू शकाल?

तुमचा मेंदू एखाद्या परिस्थितीकडे जसे पाहील त्याप्रमाणे प्रभावित होतो. त्याला प्रभावित करणाऱ्या चार प्राथमिक प्रेरणा असतात. जेव्हा तुमचे लक्ष या प्रेरणांवर केंद्रित झालेले असते, तेव्हा या वातावरणाला आपण प्रभावित करू शकू आणि आपला आपसातील व्यवहार सक्रिय होऊ शकेल असा विचार तुमच्या मनामध्ये सुरू असतो.

* **साथी समूह :** मेंदू विचारतो, तू माझ्यासोबत आहेस की विरोधात? जर मेंदूला वाटले की तुम्ही त्याच्यासोबत आहात, तर त्याची प्रेरणा वाढते. परंतु जर आपण त्याच्या विरोधात आहोत, असे त्याला वाटले तर या प्रेरणा कमी होतात.

* **अपेक्षा :** मेंदू हे समजून घेण्याचा प्रयत्न करीत असतो की, ''मला माझे भविष्य माहीत आहे की नाही?'' पुढे काय होणार आहे हे माहीत असेल तर मेंदूला सुरक्षित वाटते. परंतु तसे नसेल तर मेंदूला असुरक्षित वाटते.

* **पद/स्थान :** ही एक सापेक्ष गोष्ट असून तुमच्या औपचारिक पदावर ही अवलंबून नसते. त्या क्षणी शक्तीचे संतुलन तुमच्या बाजूने आहे की नाही, यावर ते अवलंबून असते. मेंदू प्रश्न विचारतो, ''तू माझ्यापेक्षा महत्त्वपूर्ण आहेस की माझ्यापेक्षा कमी महत्त्वपूर्ण आहेस?' जर तुम्ही त्याचा दर्जा कमी करत आहात, असे त्याला वाटले तर त्याला असुरक्षित वाटेल.

* **स्वातंत्र्य :** डॅन पिंक याने 'ड्राईव्ह' या उत्कृष्ट पुस्तकामध्ये याचे महत्त्व सांगितलेले आहे. कोणत्या परिस्थितीत तुमच्याकडे किती स्वातंत्र्य आहे, याचे आकलन मेंदू करीत असतो. तेव्हा तो प्रश्न विचारतो, ''इथे माझे मत महत्त्वाचे आहे की नाही?' तुम्हाला असे वाटले की तुमच्याकडे तुमचा पर्याय निवडण्याचे स्वातंत्र्य आहे, तर त्याचा अर्थ आहे की ही स्थिती किंवा वातावरण लाभदायक आहे. यात परस्पर व्यवहार यशस्वी रीतीने जुळून येऊ शकतात. परंतु जर पर्याय निवडण्याचे पुरेसे स्वातंत्र्य नाही असे आपल्याला वाटले, तर त्याचा अर्थ आहे की आपल्यासाठी ते फारसे सुरक्षित नाही.

त्यामुळे जेव्हा जेव्हा शक्य असेल, तेव्हा या प्रेरणा वाढवाव्यात. हे करणे तुमची जबाबदारी आहे. हे तुमच्यासाठीही चांगले असेल आणि तुम्ही ज्या व्यक्तीशी बोलत आहात त्या व्यक्तीसाठीदेखील. त्यासाठी आपल्याला सर्वसाधारण प्रश्न विचारावे लागतील आणि विशेषत्वाने हा प्रश्न विचारावा लागेल, ''तुम्हाला काय हवे आहे?''

हे साथी–समूहाची भावना वृद्धिंगत करतात. या पद्धतीचा अवलंब केल्याने कुणी काय करायचे आहे, याचे आदेश देण्याऐवजी आव्हानांचा सामना करताना तुम्ही समोरच्या व्यक्तीची मदत करता. असे वागल्याने त्याची स्वतंत्रतेची भावना तर वाढतेच; परंतु त्याचे स्थानही उंचावते. समस्येवरचे अचूक उत्तर तो घेऊन

येईल असे तुम्ही मानता आणि त्यामुळे तुम्ही त्याला प्रोत्साहितही करता. कारण अशा पद्धतीने तुम्ही त्याला त्याच्या पावलांनी पुढे जाण्याचा आत्मविश्वास प्रदान करता. 'तुम्हाला काय हवे आहे?' हा प्रश्न स्थान आणि स्वातंत्र्य यासारख्या प्रेरणांना प्रभावित करतो. असे होऊ शकते की, पुढचा कारक असलेला 'अपेक्षा' हा मुद्दा काहीसा निराशाजनक होऊ शकेल, (एका प्रश्नामध्ये उत्तरापेक्षा अधिक अस्पष्टता असते) परंतु काहीही हरकत नाही. या प्रेरणांना समग्ररूपाने पुढे नेणे हेच तुमचे लक्ष्य असते आणि प्रश्न विचारून तुम्ही नेमकेपणाने तेच करत असता.

तुमची नवी सवय इथे निर्माण करा

जेव्हा असे होईल...

ते क्षण, व्यक्ती, त्यांच्या भावना कागदावर लिहा. त्या तुमचे ट्रिगर (संकेत) आहेत.

या सवयीचा ट्रिगर (संकेत) आहे अशी स्थिती. जेव्हा तुम्ही किंवा समोरची व्यक्ती यांच्यात सुरू असलेला संवाद कुठेतरी अडकलेला आहे, तुम्ही विविध पर्यायांचा विचार करीत आहात, परंतु त्यातील कोणताही पर्याय तुम्हाला योग्य, रंजक आणि आकर्षक वाटत नाही, असेही होऊ शकते किंवा मग अशी परिस्थिती सवयीचा ट्रिगर बनू शकते जेव्हा समोरची व्यक्ती (किंवा मग तुम्ही स्वतः) आवश्यक पाऊल उचलण्यात टंगळमंगळ करीत आहात आणि तुम्हाला त्याचे नेमके कारण समजत नाही. किंवा, जेव्हा तुमच्या टीममधील एखादा सदस्य, तुमचा बॉस, एखादा ग्राहक, किंवा व्हेंडर यापैकी कुणाहीमुळे संवाद वेगळ्याच दिशेला गेलेला आहे. असंही होऊ शकतं, की तुम्ही सारेच विषयापासून भरकटले असाल आणि खऱ्या मुद्द्यावर अद्याप बोलणं सुरूही झालेलं नसेल. या सगळ्याला पुन्हा ट्रॅकवर आणायचे कसे, हा विचार तुम्ही करीत असाल.

तेव्हा हे करा...

तुम्हाला सोडायची आहे अशी तुमची जुनी सवय अगदी स्पष्टपणे कागदावर लिहून काढा.

जुन्या सवयीची खरी समस्या हीच असते की समोरच्याला काय हवे आहे हे आपल्याला माहिती आहे असे तुम्हाला वाटत राहते. आणि त्यांनाही वाटत असते की त्यांना काय हवे आहे हेदेखील माहिती आहे. समोरच्याला काय हवे आहे,

हे तुम्हाला नेमकेपणाने माहीत आहे असे वाटून तुम्ही निश्चिंत असता आणि आत्तापर्यंत तुम्ही त्याला त्याविषयी काहीही विचारलेले नसते, तेव्हा लक्षात घ्या की आपण आपल्याच जुन्या सवयीच्या जाळ्यामध्ये अडकत चाललो आहोत. असे काहीतरी आहे जे सुटून गेले आहे, अशी जाणीव तुम्हाला होत राहते आणि तरीही तुम्ही समोरच्या व्यक्तीशी बोलणे तसेच सुरू ठेवता, तेव्हा लक्षात घ्या की जुन्या सवयीने पुन्हा एकदा आपल्यावर कब्जा मिळवलेला आहे. अशा प्रकारे जेव्हा तुम्ही आपले विचार, आपली मते किंवा आपली कार्यशैली इतरांवर थोपवण्याचा प्रयत्न करीत असाल किंवा कुठेतरी अडकलेले असाल, परंतु तिथून बाहेर पडण्यासाठी आवश्यक पाऊल उचलत नसाल किंवा ही टाळाटाळ आपण का करतो आहोत, हेच तुम्हाला माहिती नसेल, तर त्याचा अर्थ हाच असतो की जुन्या सवयीने पुन्हा एकदा तुम्हाला घेरलेले आहे.

मी हे करेन...

आपल्या नव्या सवयीचे वर्णन करा.

हे खूप सोपे आहे. बोनस अंक मिळवण्यासाठी समोरच्या व्यक्तीला विचारा, 'तुम्हाला काय हवे आहे?' त्याचवेळी तुम्हाला स्वतःला काय हवे, हेदेखील सांगून टाका.

बॉक्स ऑफ क्रेयॉन्स लॅबच्या वतीने...

'तुम्हाला काय हवे आहे?' या प्रश्नाच्या मागे असलेल्या सक्रिय विज्ञानाच्या खोलात जाण्यासाठी आम्ही आमच्या संशोधक लिंडसे यांना सांगितले, तेव्हा त्या मला 'सायकोथेरपी' मनोचिकित्सेच्या क्षेत्रात घेऊन गेल्या. मी थोडासा संकोचून गेलो होतो. कारण ही थेरपी भलेही अनेक रूपांमध्ये असाधारण पद्धतीने प्रभावी ठरत असली, तरीही मॅनेजर लोकांच्या कंपनी-जीवनात एक शस्त्र म्हणून अशा थेरपीला काहीही स्थान नसते.

परंतु थेरपीचा एक प्रकार ज्याला 'समाधानाधारित थेरपी' म्हणतात, त्या थेरपीच्या माध्यमातून अनेक अंतर्दृष्टी प्राप्त करता येऊ शकतात. इथेही एक प्रश्न आहे ज्याला चमत्कारी प्रश्न म्हणता येऊ शकेल. हा प्रश्न अनेक प्रकारचा असू शकतो. परंतु सगळ्याचे सार एकच आहे, 'रात्री तुम्ही जेव्हा झोपलेले असाल तेव्हा एक चमत्कार होईल. जेव्हा तुम्ही सकाळी उठाल, तेव्हा अचानक गोष्टी कशा बदलल्या आणि सुधारल्या हे तुम्हाला कसे समजेल?'

अशा 'चमत्कारी प्रश्ना'मुळे लोकांना ही कल्पना अधिक उत्तमतेने करता येते की, अधिक चांगले (आणि त्याहून अधिक चांगले) कसे दिसू शकते? इथे 'चांगले'चा अर्थ दहा पट अधिक असा आहे, दहा टक्के नव्हे! परंतु मला असे वाटते की, अंतिम परिणाम मिळवण्याच्या मार्गावर लक्ष केंद्रित करण्याऐवजी थेट परिणामावर लक्ष केंद्रित करणे. दुसऱ्या शब्दांत सांगायचे झाले तर, तुम्हाला तुमची सुरुवात अंतिम परिणाम लक्षात घेऊनच करायची आहे. पुढचे पाऊल कसे उचलायचे आणि त्याचा परिणाम काय असेल, याचा विचार करूनच निराशा येते (बहुतांश वेळा असेच होते), हे मात्र टाळायचे आहे.

मूलभूत प्रश्न हा आहे की, 'तुम्हाला काय हवे आहे?' हा एक साधा, सरळ आणि स्पष्ट प्रश्न आहे. लोकांना परिणामांच्या दिशेने घेऊन येणे हाच त्याचा मूळ प्रभाव आहे. आणि मग जेव्हा तुम्हाला तुमचे ईप्सित स्थान दिसू लागते, तेव्हा पुढचा रस्ता पहिल्यापेक्षा अधिक स्पष्ट आणि प्रवास खूप सोपा होऊन जातो.

प्रश्नांचा
मास्टरक्लास
भाग ५

शांततेशी जुळवून घ्यायला शिका

या सात प्रमुख प्रश्नांपैकी एखादा प्रश्न जेव्हा आपण विचारतो, तेव्हा कधी कधी उत्तराऐवजी आपल्या वाट्याला येते ती फक्त शांतता.

अशी अंतहीन शांतता- ज्याचे आवाज स्पष्टपणाने ऐकू येत असतात.

इथे अंतहीनचा अर्थ म्हणजे तीन-चार सेकंदाची मोठी शांतता!

या क्षणांमध्ये जेव्हा सारे काही 'मॅट्रिक्स' या चित्रपटातील 'बुलेट टाईम'सारखे संथ झालेले असते, तेव्हा तुमच्या शरीरातील प्रत्येक पेशी वेगवान प्रतिसादासाठी आतूर झालेली असते.

तुमच्या या क्षणिक रागाला बाजूला ठेवून द्या.

शांतता म्हणजे अनेकदा यशाची चाहूल असते.

असे होऊ शकते की, तुम्ही ज्या व्यक्तीला प्रशिक्षण देत आहात, ती व्यक्ती प्रश्नाचे उत्तर देण्यापूर्वी काही सेकंदांचा वेळ घेत असेल, जेणेकरून तिला ते उत्तर तयार करण्यासाठी थोडा अवधी मिळेल. आणि जर तसे असेल तर त्या व्यक्तीला तो वेळ जरूर द्यावा.

किंवा मग आपल्याला नेमके काय बोलायचे आहे, याचा जराही विचार न करता उत्तर द्यायला सुरुवात करायची अशी प्रवृत्ती असणारा तो माझ्यासारखाच माणूस असू शकेल.

काहीही असले तरी आपण हे लक्षात घ्यावे की, त्या शांततेचा अर्थ आहे तो विचार करतो आहे आणि उत्तराचा शोध घेतो आहे. या पद्धतीने तो न्यूरल पाथवे (तंत्रिका मार्ग) बनवत असतो आणि आपल्या क्षमता व शक्यता वाढवत असतो. त्यामुळे अशा वेळी शांत राहा आणि उगीचच गडबड करू नका. मला

कल्पना आहे, हे आपल्यासाठी थोडे अवघड असेल, परंतु यामुळे शिकण्यासाठी आणि अंतर्दृष्टी विकसित होण्यासाठी आपल्याला निश्चितपणाने मदत मिळते.

ही पाहा आपली नवी सवय

जेव्हा असे होईल...

मी एखादा प्रश्न विचारेन आणि समोरची व्यक्ती दोन सेकंदांच्या आत त्याचे उत्तर देऊ शकणार नाही.

तेव्हा

नव्या पद्धतीने विचारून, पुन्हा एखादा नवा प्रश्न विचारून किंवा काही सल्ला देऊन किंवा मग अर्थहीन शब्दांनी ती शांतता भरण्याचा प्रयत्न करण्याऐवजी...

मी असे करेन...

मी एक दीर्घ श्वास घेईन आणि माझे मन खुले ठेवेन आणि पुढील तीन सेकंदांसाठी मी गप्प राहीन.

आळशी प्रश्न

यात तुम्हाला अशा एका प्रश्नाबाबत कळणार आहे, जो फारसे कष्ट न करताही आपल्या हाताखालील लोकांसाठी फायदेशीर ठरेल. मग तुम्हालाही वाटेल, आळशी असणे हीसुद्धा किती चांगली गोष्ट आहे!

ओह.. तुम्ही किती... मदत करता!

तुम्ही एक चांगली व्यक्ती आहात आणि तुमच्या संपर्कात येणारे सारे लोक चांगल्या रीतीने विकसित व्हावेत असा तुमचा नेहमीच प्रयत्न असतो. परंतु एक असतो कायम मदत करणारा आणि दुसरा असतो 'गरजेपेक्षा अधिक मदत करणारा.' याचा अर्थ अचानक येऊन सारे नियंत्रण आपल्या हाती घेणे. आपली टीम किंवा सहकाऱ्यांबाबत आपण अनेकदा असे करता. त्यानंतर मात्र तुम्हाला, तुम्ही ज्या व्यक्तीची मदत करत होतात त्या व्यक्तीला आणि तुमच्या कंपनीला त्याची किंमत मोजावी लागते. तुमच्या चांगल्या भावनांच्या नादात लोक थकून जातात, निराश होतात, त्यांना खिजवल्यासारखे वाटत राहते आणि आपला प्रभाव कमी होत चालला आहे (ही स्वतःचीच एक विटंबना आहे) या अंतहीन भावनेत अडकून जातात.

एडगर शेहेन यांनी आपल्या 'हेल्पिंग' या पुस्तकामध्ये मदत करण्याच्या विरोधाभासाविषयी नेमकेपणाने भाष्य केलेले आहे. जेव्हा तुम्ही एखाद्याची मदत करायला जाता, तेव्हा खरे तर तुम्ही तुमचेच हित साधण्याचा प्रयत्न करीत असता. कारण अशा वेळी तुम्ही तुमचे स्थान उंचावण्याचा प्रयत्न करता आणि समोरच्याचे स्थान मात्र खाली आणता. भलेही असे काही करण्याचा तुमचा काही इरादा नसेल. मला कल्पना आहे हा विचार जरा विचित्र वाटेल, कारण आपण अशाच

व्यक्तीची मदत करायला पुढे होतो, ज्या व्यक्तीविषयी आपल्याला काही तरी वाटत असते. परंतु ज्या व्यक्तीची मदत करण्याचा प्रयत्न तुम्ही करता आहात, त्या व्यक्तीच्या जागी स्वतः आहात, अशी कल्पना करून पाहा. तुम्हाला 'मदत' दिली जात होती अशी तुमची काय भावना होती, हे जेव्हा केव्हा तुम्ही आठवून पाहाल, तेव्हा लक्षात येईल की त्या वेळी तुम्हाला अक्षमता, अस्वस्थता, प्रतिरोध, निराशा या भावनांना सामोरे जावे लागले होते.

मग आपले मार्ग संयमित करण्यासाठी तुम्ही काय करू शकता? तुमची मदत ही लोकांसाठी खरोखरीच सुयोग्य मदत ठरावी यासाठी काय करायला हवे? त्यासाठी पहिल्यांदा तुम्हाला एक त्रिकोण समजून घ्यावा लागेल.

सात (नवे) बुटके आणि कार्पमॅन यांचा नाटकीय त्रिकोण

आपसातील संवादासंबंधी हे एक असे उपचारात्मक मॉडेल आहे, ज्यात आपल्याला 'पॅरेंट चाईल्ड' आणि 'ॲडल्ट-ॲडल्ट' असे लेबल लावले जाते. परंतु आता हे मॉडेलसुद्धा बऱ्याच अंशी कालबाह्य झालेले आहे. यातून कुतूहल निर्माण होते, परंतु कंपनीत ते प्रभावीपणे लागू करणे हे जवळपास अशक्य आहे. त्यामध्ये औपचारिक थेरपीच्या अनेक गोष्टी गरजेपेक्षा अधिक समाविष्ट आहेत. अमेरिकी मनोचिकित्सक स्टीफन कार्पमॅन यांनी या मॉडेलचे एक व्यावहारिक विवेचन केले आहे आणि त्या अंतर्गत त्यांनी 'नाटकीय त्रिकोण' ही नवी संकल्पना विकसित केली. अधिक व्यावहारिक आणि उपयोगी बनण्यासाठी हा एक प्रभावी उपाय आहे.

आपण ज्या लोकांशी आपसातील व्यवहार आणि संवाद साधतो, त्यातील बहुतांश लोकांसमोर आपले असे रूप येते जे आपले सर्वोत्कृष्ट रूप नसते, या सर्वसाधारण मान्यतेपासून नाटकीय त्रिकोणाची सुरुवात होते. जर तुम्ही स्वतःलाच सात भ्रष्ट प्रवृत्तींचा समावेश असलेला (उदासीनता, दुःख, चिडचिड, अतिभावुकता, धीट, आरडाओरडा करणारा आणि चांगुलपणाचे ढोंग करणारा) असे व्यवहार करताना पाहिले असेल, तर मी काय म्हणतो आहे हे तुमच्या लक्षात आले असेल, या संदर्भात तुमची समज जितकी चांगली असेल तितके तुमच्यासाठी ते चांगले राहील.

कार्पमॅन म्हणतात, जेव्हा असे होते तेव्हा खरे तर आपण तीन ऑक्टाइपल (आदिरूप किंवा आदर्श) भूमिका - पीडित, अत्याचारी, रक्षक - यांपैकी एक

भूमिका निभावत असतो. या तिन्ही भूमिका समान स्वरूपात भ्रष्ट आणि निरुपयोगी असतात. पुढे जेव्हा या तिन्ही भूमिकांचे विवरण वाचाल, तेव्हा दोन गोष्टी करा. या तिन्ही भूमिकांमध्ये कुशल असणाऱ्या एखाद्या व्यक्तीला डोळ्यांसमोर आणा आणि ज्या वेळी या तिन्ही भूमिका निभवाव्या लागतात, अशी परिस्थिती डोळ्यांसमोर आणा.

पीडित

मूळ विश्वास : माझे जीवन खूप अवघड आहे. माझ्या जीवनात माझ्यावर कायम अन्याय होत आला आहे.. उफ.. बिचारा मी!

वैशिष्ट्य : माझी काहीही चूक नाही (सगळ्या चुका दुसऱ्यांच्या!)

भूमिका निभावण्याचा फायदा : कोणतीही सुधारणा करण्याची किंवा चांगले काम करण्याची जबाबदारी तुमच्यावर नसते. तुम्हाला सतत तक्रारी करण्याची संधी मिळते आणि आपण रक्षकांना आकर्षित करता.

भूमिका निभावण्याची मोजावी लागणारी किंमत : आपण कोणताही बदल घडवू शकतो असे तुम्हाला वाटत नाही. प्रत्येक बदल तुमच्या क्षमतेपलीकडचा असतो. तुम्ही कमकुवत गणले जाता. नेहमी तक्रार करणारी व्यक्ती कुणालाही आवडत नाही.

अडकलेपण : मी अडकलो आहे असे वाटते, कारण मी दुबळा आहे. माझ्या आवाक्यात काहीही नाही. मी स्वतःला नालायक मानतो.

अत्याचारी

मूळ विश्वास : मूर्ख, बिनडोक आणि माझ्यापेक्षा प्रत्येक बाबतीत कमी असलेले लोकच माझ्या आजूबाजूला आहेत.

वैशिष्ट्य : माझी कोणतीही चूक नाही (सगळ्या चुका दुसऱ्यांच्या!)

भूमिका निभावण्याचे लाभ : तुम्ही स्वतःला श्रेष्ठ समजता. तुम्ही सशक्त आहात आणि गोष्टी तुमच्या हातात आहेत, असे तुम्हाला वाटू लागते.

भूमिका निभावण्याची मोजावी लागणारी किंमत : प्रत्येक गोष्टीसाठी तुम्हालाच जबाबदार धरले जाते. तुम्ही पीडित वर्ग निर्माण करता. एक मायक्रोमॅनेजर म्हणून तुमच्याकडे पाहिले जाते. लोक तुमच्यासाठी अगदीच निम्न दर्जाचे काम करतात,

त्यापेक्षा जराही अधिक योगदान देत नाहीत. सतत दुसऱ्यांना त्रास देणारी व्यक्ती कोणालाही आवडणारी असू शकत नाही.

अडकलेपण : माझा कोणावरच विश्वास नसल्याने मी अडकलो आहे असे वाटत राहते. मी कायम एकटा पडलो आहे असे वाटत राहते.

रक्षक

मूळ विश्वास : तुम्ही मुकाबला करू नका, चिंताही करू नका. मी येऊन सारे काही ठीक करेन.

वैशिष्ट्य : ही माझी चूक/जबाबदारी आहे (तुमची नाही).

भूमिका निभावण्याचा लाभ : तुम्ही नैतिक रूपाने स्वतःला श्रेष्ठ समजता. तुमची उपस्थिती अनिवार्य आहे असे तुम्हाला वाटते.

भूमिका निभावण्यासाठी मोजावी लागणारी किंमत : लोक तुमची मदत झिडकारून देतात. तुम्ही पीडित निर्माण करता आणि नाटकीय त्रिकोण कायम ठेवता. अचानक मध्येच येऊन हस्तक्षेप करणारी व्यक्ती कोणालाच आवडत नाही.

अडथळा : माझे रक्षक बनणे यशस्वी न झाल्यास अडकल्याची भावना निर्माण होते. हे एक आपल्यावरचे ओझे आहे, असे मला वाटत राहते.

ही तिन्ही लेबले म्हणजे आपली ओळख नाही आणि तुम्ही कोण आहात, याचे हे विवरणही नाही. एखाद्या परिस्थितीमध्ये तुम्ही ज्या पद्धतीने वागता त्याची केवळ ही चुणूक आहे. कोणतीच व्यक्ती ही मूलतः पीडित, अत्याचारी किंवा रक्षक नसेल. या फक्त भूमिका आहेत आणि जेव्हा आपण ट्रिगर (विशिष्ट संकेत) बनतो, तेव्हा कळतनकळत आपण त्या भूमिका निभावायला लागतो. अधिक प्रभावी नसलेल्या गोष्टींशी आपला सामना होत राहतो.

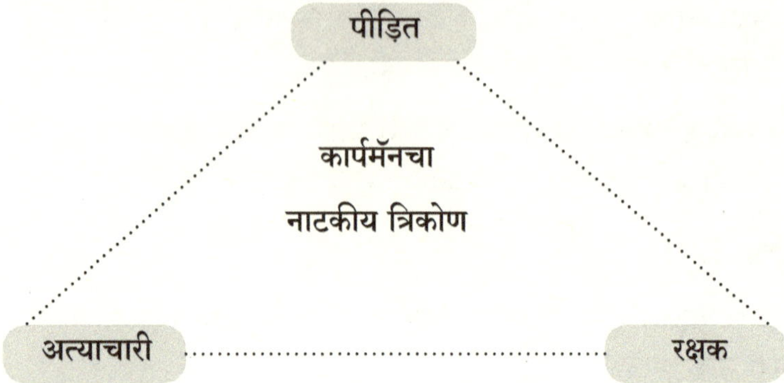

हे जग म्हणजे एक रंगभूमी आहे

आपण नेहमीच या भूमिका रंगवत असतो. अनेकदा आपण एखाद्यासमवेत संवाद साधताना एकाच वेळी तिन्ही भूमिका रंगवत असतो. आधी पीडित, मग रक्षक, मग अत्याचारी व पुन्हा पीडित. जोपर्यंत संवाद सुरू असतो तोपर्यंत या बदलत्या भूमिकाही सुरू राहतात. ही गोष्ट अधिक चांगल्या रीतीने समजावी, म्हणून ग्राहकासमवेत झालेला एक संवाद मी तुमच्यासमोर सादर करीत आहे. माझ्या एका भाषणानंतर हा संवाद घडला होता.

मी (आरडाओरडा करीत) : या खोलीतील सर्व सेटअप पूर्णतः चुकीचा आहे. मी पहिल्यांदाच सांगितले होते की मला काय आणि कसे हवे आहे? खोलीचा सेटअप करणे हे इतके अवघड काम आहे का? हे डोनट्स कोण घेऊन आले आहे? लोकांना डोनट्स खाऊ घालणे बंद करा. पुढच्या १५ मिनिटांत सत्र सुरू होणार आहे. (अत्याचारी)

ग्राहक (तक्रार करत) : सेटअपची सगळी माहिती मी संचालकांना पाठवलेली होती. परंतु ते कोणत्याही गोष्टीचे उत्तर नीटपणे देतच नाहीत. या सगळ्या संमेलनाचे आयोजन मलाच करावे लागले आणि तेसुद्धा कुणाच्याही मदतीशिवाय. (पीडित)

मी (निराश होऊन सारे काही झेलत) : हे पाहा, चिंता करू नका. मी स्वतःच या खोलीत सारे काही नीट करून घेतो. टेक सेटअपसुद्धा करून घेतो. त्यानंतर मी सगळ्यांना अंड्याचे पदार्थ बनवून देईन. (रक्षक).

ग्राहक (निराश होऊन) : तुमच्यासारख्या हट्टी वक्त्यांची हीच समस्या आहे.

आम्ही अगोदरच तुम्हाला गरजेपेक्षा अधिक पैसा देत आहोत. तरीही प्रत्येक गोष्ट तुमच्या मनाप्रमाणेच व्हायला हवी नाहीतर तुम्ही लगेच चिडचिड सुरू कराल. (अत्याचारी)

मी (पुन्हा आरडाओरडा करत) : माझे सत्र चांगले व्हावे इतकाच मी प्रयत्न करतो आहे. ही साधी गोष्ट कुणालाही समजत नाही. एका खोलीचा नीटपणे सेटअप करणे हे किती अवघड काम आहे? आणि मग जर एखादा स्वतः प्रयत्न करेल, तर प्रत्येकजण त्याच्यावर चिडचिड करणार. (पीडित)

आणि मग हे असेच सुरू राहतो.

या संवादामध्ये मी आणि माझा ग्राहक ज्या गतीने आमच्या परस्परांच्या भूमिका बदलत राहतो, हे अगदी सहज आहे. कारण अशा संवादांमध्ये याहीपेक्षा अधिक गतीने भूमिका बदलल्या जातात. आता आपल्या टीममधील अशा सदस्याचा विचार करा, तो त्रासदायक ठरणारा आहे आणि तो आत्ता या क्षणीदेखील कोणत्या ना कोणत्या स्वरूपात त्रासाचे कारण ठरतो आहे. आपण एका क्षणात एकाचवेळी तीन भूमिकांमध्ये आहात, हे आपल्या लक्षात आले का? 'अत्याचारी' व्यक्तीची भूमिका (या माणसाने खरोखरीच मला खूप त्रस्त करून सोडले आहे.) 'पीडित' व्यक्तीची भूमिका (माझ्याबाबतीत हे खूप चुकीचे घडते आहे. त्याला दुसऱ्या टीममध्ये का पाठवले जात नाही?) रक्षकाची भूमिका जोपर्यंत तो इतर लोकांसारखे नीट काम करत नाही, तोपर्यंत मी त्याला टीमच्या हितासाठी सांभाळत राहीन.

तुमची आवडती भूमिका

आपण एकापाठोपाठ एक भूमिका सातत्याने निभवत असलो, तरीही आपली म्हणून एक आवडीची भूमिका असते, ज्यामध्ये आपण नेहमी राहण्याचा प्रयत्न करतो आणि स्वतःच ती निभावू लागतो. या तीन भूमिकांपैकी तुम्ही कोणती भूमिका निभावता, असे माझ्या विद्यार्थ्यांना विचारण्यात आले, तेव्हा बहुतेकांचे उत्तर होते रक्षक. तुमचेही उत्तर कदाचित हेच असेल. आणि जरी तुमची ही आवडती भूमिका नसेल, तरीदेखील मी पैजेवर सांगू शकेन की, आपल्याला या भूमिकेची चांगली ओळख असणार.

> **आपल्याकडे सगळ्या प्रश्नांची उत्तरे आहेत असे आपण मानू लागतो, त्या क्षणापासून आपण प्रश्न विसरतो.**
>
> **- मेडेलीन एल एंगल**

जेव्हा आपण रक्षकाच्या भूमिकेत असतो, तेव्हा आपला सारा कल हा प्रामुख्याने समस्या सोडवण्याकडे, चटकन सल्ला देण्याकडे आणि दुसऱ्याच्या जबाबदाऱ्या आपल्या खांद्यावर घेण्याकडे असतो. त्या पाठीमागे आपले विचार प्रामाणिक असतात आणि फक्त लोकांची मदत करावी अशीच आपली इच्छा असते. एक मॅनेजर म्हणून तुमचे योगदान देण्याचा तुम्ही प्रयत्न करीत असता. परंतु त्यासाठी दोघांनाही किंमत मोजावी लागते हे आपल्याला स्पष्टपणे दिसते. आपण थकून जाता आणि दुसरा पक्ष वैतागून जातो. आपल्याच सहकाऱ्यांची प्रगती आणि त्यांच्या क्षमतेच्या विस्तारात तुम्हीच आडकाठी बनता. एक रक्षक पीडित कसे निर्माण करतो, हे कदाचित आता तुमच्या लक्षात येत असेल. प्रत्यक्षात याच्या उलट होत असेल असे आपल्याला वाटत असते. (काही प्रमाणात ते खरे असले तरी पूर्णतः नाही)

आपले नक्की नुकसान होणार आहे का? (होय, अगदी खात्रीपूर्वक तुमचे नुकसान होणार आहे)

ज्याच्याकडे कायमच वेळ कमी असतो अशा एखाद्या मॅनेजरसाठी नाटकीय त्रिकोणाच्या पॅटर्नचे अवलोकन करण्यात सक्षम होणे हे गरजेपेक्षा अधिक काम करण्याचा पॅटर्न तोडण्याच्या दिशेने टाकलेले आपले पहिले सशक्त पाऊल ठरू शकते. एकदा का याचे ट्रिगर्स (संकेत) तुम्हाला समजले, की ती सवय बदलण्याच्या दिशेने प्रयत्न सुरू होतात.

यातला वाईट भाग हा आहे की, दुर्दैवाने तुम्ही जीवनभर या नाटकीय त्रिकोणाच्या जाळ्यात वारंवार फसत राहाल.

परंतु यातली चांगली गोष्ट ही, की याची ओळख झाल्यानंतर त्याचे पॅटर्न तोडण्याच्या बाबतीत तुमच्यात अधिकाधिक सुधारणा होत जाईल. त्यानंतर तुम्ही याचे पॅटर्न वारंवार आणि अधिक वेगाने तोडायला शिकाल.

सॅम्युअल बेकेट याने याचे वर्णन केले आहे, 'असफल होत राहा आणि ते काम करत राहा. प्रत्येक वेळी जरा अधिक चांगल्या रीतीने अयशस्वी होण्याचा प्रयत्न करा.'

अधिक चांगल्या रीतीने अयशस्वी व्हायचे तर आपण नाटकीय त्रिकोणात कधी अडकलो आहोत हे तुम्हाला वारंवार पाहावे लागेल. या नंतर त्रिकोणातून स्वतःला बाहेर काढण्यासाठी एक आळशी प्रश्न 'मी तुमची काय मदत करू शकतो?' हा विचारावा लागेल.

आळशी प्रश्न : मी तुमची काय मदत करू शकतो?

'मी तुमची काय मदत करू शकतो?' या प्रश्नामध्ये दुहेरी शक्ती असते. आपल्या सहकाऱ्यांना हा प्रश्न विचारून तुम्ही त्यांना थेट आणि स्पष्ट उत्तरासाठी प्रवृत्त करता. हे त्या व्यक्तींसाठी खूप उपयोगी ठरू शकते. कदाचित त्याने तुमच्याशी संवाद का सुरू केला, याविषयी त्यालाच स्पष्टता नसू शकेल. त्याला इतकेच माहीत असते की त्याला तुमच्याकडून काही तरी हवे आहे. परंतु जोपर्यंत तुम्ही हा प्रश्न त्याला विचारत नाही, तोपर्यंत त्यालाही हे माहीत नसते की नेमकेपणाने काय हवे आहे? परंतु त्याला काय हवे हे जर त्याला सुस्पष्टपणे माहीत असेल तर त्याचा प्रस्ताव स्वीकारायचा की नाही, हे तुम्हाला ठरवावे लागते.

या प्रश्नाची दुसरी शक्ती आहे (ती कदाचित अधिक मौल्यवान आहे) समोरच्या व्यक्तीला काय मदत हवी आहे हे तुम्हाला माहीत आहे या गैरसमजातून तुम्ही स्वतःला वाचवता. कारण रक्षकाच्या भूमिकेत असणारे लोक नेमके हेच करतात. ''आणखी काही?'' या प्रश्नाप्रमाणेच हा प्रश्न स्वयंप्रबंधनाचा एक मार्ग आहे. तो आपल्याला जिज्ञासू आणि आळशी बनवतो. तुमच्या इच्छेने लोकांनी जे करावे असे तुम्हाला वाटत असते, ते साध्य करण्यासाठी तुम्ही आयुष्यातील बहुतांश वेळ खर्ची घालत राहता. कधीकधी तुम्ही खूप चुकीचे असता, परंतु ते इतकेही वाईट नाही. कारण ही स्थिती लवकर सावरतेसुद्धा. जेव्हा तुम्ही खूप चुकीचे ठरता, तेव्हा यापेक्षा भयानक स्थिती निर्माण होते. कारण अशा परिस्थितीत तुम्ही जवळजवळ तसेच वागता, जसे समोरचा आपल्याला वागवू पाहतो. परंतु तुम्ही जे करत आहात ते खूप उपयोगी असेल, इतकेही ते योग्य नसते आणि तुम्हाला ते करण्यापासून कुणी रोखेल, इतकेही चुकीचे नसते.

स्पष्ट शब्दांत थेट विचारा

'मी आपली काय मदत करू शकतो?' प्रश्नाचा अधिक स्पष्ट अर्थ असा आहे, 'तुम्हाला माझ्याकडून काय हवे आहे?' 'मी आपली काय मदत करू शकतो?' या प्रश्नाला टक्सीडो घातलेल्या सुसंस्कृत जेम्स बाँडला पाहायचे झाले तर, 'तुम्हाला माझ्याकडून काय हवे आहे?' हे त्याच जेम्स बाँडचे तेजतर्रार रूप आहे. जो अचानक खलनायकाच्या अड्ड्यावर येऊन धडकतो. हा प्रश्न दोन्ही पक्षांमधील संवाद मूळ गाभ्यापर्यंत घेऊन जातो. जे काहीसे अशा प्रकारचे आहे, 'तुम्हाला काय हवे आहे, मला काय हवे आहे आणि आता या संदर्भात आपण काय करायला हवे?'

परंतु जरा सावध राहा

तुमच्या लक्षात येईल की, 'तुम्हाला माझ्याकडून काय हवे आहे?' असे विचारल्यानंतर समोरच्याला काय वाटेल. प्रश्न विचारण्याची तुमची पद्धत कशी आहे, यावर अनेक गोष्टी अवलंबून असतात. जर याला नाटकीय त्रिकोणाशी जोडून पाहिले, तर जेव्हा हा प्रश्न तुम्ही विचाराल, तेव्हा तुम्ही 'अत्याचारी' या भूमिकेमध्ये असाल. त्यामुळे कदाचित समोरच्याला त्यामध्ये आक्रमकता दिसून येईल. त्याचवेळी जेव्हा तुम्ही पीडित असाल, तेव्हा त्याला वाटेल की तुम्ही आरडाओरडा, आक्रोश करीत आहात आणि जेव्हा रक्षकाच्या भूमिकेत असाल, तेव्हा हा प्रश्न गळा आवळणारा वाटेल.

इतर प्रश्नांप्रमाणेच या प्रश्नालाही एक वाक्य जोडून विनम्र प्रश्न बनवता येतो. 'मी फक्त माझी जिज्ञासा शांत करण्यासाठी विचारतो आहे की...' आता हेच वाक्य अशिष्ट चौकशीऐवजी यथोचित चौकशीमध्ये बदलते. अशीच आणखी काही वाक्ये आहेत जी प्रश्नांवर प्रभाव टाकतात. 'मी फक्त माझ्या माहितीसाठी विचारतो आहे की,' किंवा 'मला फक्त जाणून घ्यायचे आहे की...' किंवा 'मी फक्त हे स्पष्ट करू इच्छितो की..'

'मी तुमची काय मदत करू शकतो?' प्रश्नाशी जोडलेली चिंता आणि त्याचे नियोजन

'मी तुमची काय मदत करू शकतो' या प्रश्नाशी जोडलेली लोकांची सर्वांत मोठी चिंता असते त्याची विविध उत्तरे.

* भयावह/अनुचित/असंभव असणारे असे हे काम तुम्ही करावे अशी माझी इच्छा आहे.
* ज्या अवघड चर्चेपासून मी स्वतःचा बचाव करतो आहे, त्या चर्चेमध्ये आपणही सहभागी व्हावे, अशी माझी इच्छा आहे.
* तुमचे संपूर्ण बजेट (पैसा) तुम्ही मला देऊ शकता का?
* ही आणखी एक जबाबदारी स्वीकारा. तुमच्या पूर्वीच्या सगळ्या जबाबदाऱ्यांमध्ये याचाही समावेश करा.

या ठिकाणी हे समजून घ्यायला हवे, की भलेही तुम्हाला तुमच्या प्रश्नाचे काहीही उत्तर मिळाले, तरी समोरच्या व्यक्तीच्या अनुरोधावर प्रतिक्रिया म्हणून तुमच्याकडेही अनेक उत्तरे उपलब्ध आहेत.

एक स्वाभाविक उत्तर आहे, 'हो', तुमची इच्छा असेल तर समोरच्या व्यक्तीच्या अनुरोधाला 'हो' म्हणून तुम्ही स्वीकार करू शकता. परंतु त्यासाठी तुमच्यावर कोणतेही बंधन नाही. हे बंधन जाणवत राहणे हाच तुमच्या चिंतेचा स्रोत आहे.

आणखी एक पर्याय आहे. 'नाही. मी हे करू शकणार नाही.'

समोरच्या व्यक्तीला 'नाही' म्हणण्याचे धाडस दाखवून तुम्ही स्वतःला गरजेपेक्षा जास्त मदत करण्यापासून रोखू शकता.

'मी हे करू शकणार नाही, परंतु हा त्याच्या ऐवजी.. (या ठिकाणी तुमचा पर्याय द्यावा) मी हे करू शकतो. हा एक यशस्वी ठरणारा मध्यममार्ग आहे. समोरच्या व्यक्तीला थेट 'नाही' म्हणू नका. त्याच्या ऐवजी त्याच्यापुढे काही पर्याय ठेवा.

आणि शेवटी 'मी जरा विचार करून कळवतो.', असे सांगून तुम्ही अधिक थोडा वेळ घेऊ शकता. किंवा 'मी ठामपणे आत्ता लगेच सांगू शकत नाही. मला थोडा विचार करायला वेळ द्या, मग मी सांगतो,' असे म्हणा.

या नव्या सवयीच्या मदतीने अचानक रक्षक बनण्यापासून स्वतःला वाचवा

जेव्हा कुणी तुम्हाला सांगते, की त्याच्याबरोबर काय काय होते आहे, तेव्हा रक्षक बनण्यापासून आणि उत्तर शोधून देण्याच्या पर्यायाकडे जाण्यापासून

स्वतःला रोखणे हे खरोखरीच अवघड असते. त्यातून जेव्हा कुणी असा एखादा प्रश्न विचारते, ज्याच्या उत्तरादाखल आपल्याकडून फक्त सल्लाच अपेक्षित असतो, तेव्हा तर स्वतःला रोखणे हे जवळपास अशक्य होऊन जाते. 'मी असे काय करू ज्याने...' किंवा 'या प्रकरणात मी काय करायला हवे, तुम्हाला काय वाटते?' मासे पकडण्यासाठी गळाला लावलेल्या आमिषासारखे हे प्रश्न असतात. मोहक आणि खतरनाक! तुम्ही जाळ्यामध्ये कधी अडकलात हे तुम्हाला कळतसुद्धा नाही.

तुम्हाला काय वाटते, मी या प्रकरणात काय करायला हवे? हा प्रश्न म्हणजे मासे पकडण्यासाठी टाकलेल्या जाळ्यासारखाच आहे.

सल्ला, मार्गदर्शन करण्याची स्वतःची अशी एक योग्य वेळ आणि संधी असते. आपले लक्ष्य हे उत्तर देण्यापासून वाचणे नाही, लोकांना त्यांची उत्तरे शोधण्यासाठी अधिक सक्षम बनवणे हे ध्येय आहे. तर आता ही आहे तुमची नवी सवय...

जेव्हा असे होईल...

कोणी आपल्याला फोन करून/टेक्स्ट मेसेज पाठवून/ तुमच्या केबिनमध्ये येऊन/ ऑफिसच्या दुसऱ्या टोकावरून ओरडून विचारतो की 'मी... (इथे त्या व्यक्तीचे नाव नोंदवा, ज्यामध्ये तुम्ही गोंधळण्याची पूर्ण शक्यता आहे) काम कसे करू?'

तेव्हा

त्याला उत्तर देण्याऐवजी...

मी हे करेन...

मी म्हणेन, ''चांगला प्रश्न आहे. याविषयी मी काय विचार करतो, हे मी तुमच्याशी जरूर शेअर करेन. परंतु त्या पूर्वी आपण मला सांगावे की याविषयी आपला काय विचार आहे?''

आणि मग समोरची व्यक्ती जेव्हा त्या प्रश्नाचे उत्तर देईल, तेव्हा मान हलवून त्याच्या उत्तरात तुम्हाला रस असल्याचा प्रतिसाद द्या आणि जेव्हा तो त्याचे

म्हणणे पूर्ण करेल, तेव्हा ''खूप छान, तुम्ही असे आणखी काही करू शकता?' असे त्याला विचारा.

यानंतर जर तुमची इच्छा असेल, तर लक्षात घ्या, केवळ यानंतरच तुम्ही तुमचे शब्दविचारही समोर ठेवू शकता. जर हा संवाद अशाच चांगल्या रीतीने पुढे जात राहिला तर 'आणखी काही?' हा प्रश्न तोपर्यंत विचारत राहा, जोपर्यंत त्यांची सगळ्यांची उत्तरे संपत नाहीत.

तुमची नवी सवय इथे तयार करा.

जेव्हा असे होईल...

त्या क्षणांविषयी, त्या व्यक्तींविषयी आणि त्या भावनांविषयी कागदावर लिहा, ज्या तुमच्या ट्रिगर (बदल-संकेत) असतील.

आपण कोणत्या मर्यादेपर्यंत समोरच्याची मदत करू इच्छिता, हा ट्रिगर (संकेत) आहे. असे काय आहे जे मदत करण्यासाठी तुम्हाला उद्युक्त करते? बहुधा जेव्हा कोणी आपल्याला विचारते, की 'मी हे कसे करू?' किंवा 'तुम्ही माझ्यासाठी हे करू शकता का?' किंवा 'हे करण्याचा मार्ग काय आहे?' किंवा जेव्हा कुणी तुमच्या ऑफिसमध्ये येऊन एखाद्या समस्येविषयी सांगतो, तेव्हा तुमच्या मनामध्ये लगेचच त्या समस्येचे एक उत्तम निराकरण आलेले असते. किंवा तुमच्या टीमच्या मीटिंगमध्ये असेच काहीसे होते. किंवा अमुक काम मी दुसऱ्याला सोपवण्याऐवजी स्वतः केले तर ते अधिक लवकर पूर्ण होईल, 'हे काम' नेमके काय आहे, याविषयी भलेही आपल्याला स्पष्टता नसेल तरीसुद्धा आपण ते अंगावर घेतो. सारांश रूपाने सांगायचे झाले तर जेव्हा जेव्हा तुम्हाला एखादे काम स्वतःच्या हाती घेण्याची इच्छा निर्माण होते, त्या प्रत्येक वेळी असेच होते. आणखी सगळ्यात वाईट गोष्ट ही की, तुमचा वेळ, तुमचे प्रयत्न आणि तुमचे प्रामाणिक हेतू या सगळ्यांसह ज्याची मदत करण्यासाठी तुम्ही उतावीळ आहात, त्याला कदाचित तुमच्याकडून मदत घ्यायचीच नसेल किंवा कदाचित त्याला तुमच्या मदतीची गरजच नसेल.

तेव्हा

जी सवय तुम्हाला सोडायची आहे, ती जुनी सवय कागदावर स्पष्टपणे लिहून काढा.

स्वतःहून एखाद्याच्या मदतीसाठी उडी मारणे ही जुनी सवय बदलण्याचा तुम्ही प्रयत्न करीत आहात. त्याचे तुम्हीच निराकरण करू पाहता, तुम्हीच उत्तर देता आणि आपल्या कामांच्या यादीमध्ये या आणखी एका नव्या कामाची भर घालता. भले समोरच्या व्यक्तीने तुम्हाला स्वतःहून काहीही सांगितलेले नसले, तरीही समोरच्या व्यक्तीला काय हवे आहे हे तुम्हाला माहीत आहे, असे गृहीत धरून तुम्ही चालला आहात. सारांश रूपाने सांगायचे झाले तर, ही जबाबदारी तुम्ही स्वतःहून खांद्यावर घेत आहात.

मी हे करेन...

आपल्या नव्या सवयीचे वर्णन बहुधा पुढीलप्रमाणे असेलः 'मी त्यांना विचारेन की मी त्यांची काय मदत करू शकतो?'

स्वतःला अधिक स्पष्टता यावी म्हणून तुम्ही प्रश्न विचारता, 'मी तुमची काय मदत करू शकतो?' किंवा मग तुम्ही अधिक स्पष्ट शब्दांत थेट विचारता, 'तुम्हाला माझ्याकडून काय हवे आहे?'

बॉक्स ऑफ क्रेयॉन्स लॅबच्या वतीने...

'आणखी काही?' या पाठात आम्ही एका संशोधनाचा उल्लेख केलेला होता. त्यामध्ये एक डॉक्टर सरासरी १८ सेकंदाच्या आत त्याच्या रुग्णाला बोलताना अडवतो असे त्या अध्ययनातून समोर आले होते. बॉक्स ऑफ क्रेयॉन्सच्या आमच्या शोधकर्त्यांना काही अभ्याससंदर्भ असेही मिळाले की, संवादादरम्यान विनम्रतेची कमतरता सगळ्याच डॉक्टरांमध्ये नसते, हे जाणवले.

आमची संशोधक लिंडसे यांनी रुग्णांशी संवाद सुरू करण्यासंदर्भात झालेल्या अभ्यासाविषयी माहिती दिली. काही डॉक्टरांनी आपल्या रुग्णांची साधी सरळ चौकशी करून संवाद सुरू केला. उदा. 'मी आपली काय मदत करू शकतो?' त्याचवेळी काही डॉक्टरांनी असे प्रश्न विचारले, जे काही गोष्टीचे समर्थन करणारे होते. उदा. 'असं वाटतं की आज तुम्हाला सायनसची समस्या जाणवते आहे?' अभ्यासातून असे लक्षात आले की सामान्य चौकशी केल्यानंतर रुग्ण आपल्या समस्यांविषयी विस्ताराने बोलत होते आणि आपल्या विभिन्न लक्षणांविषयी अधिक नेमकी माहिती देत होते. - याचा अर्थ डॉक्टरांसमोर आपली खरी समस्या ठेवण्याची त्यांची शक्यता अधिक होती. शिवाय जे डॉक्टर सामान्य चौकशी करणारे प्रश्न विचारत होते, त्यांचे मूल्यांकन करताना रुग्णांकडून त्यांना अधिक

गुण दिले जात होते.

मग जेव्हा तुम्ही एखादा आळशी प्रश्न विचारता किंवा सामान्य प्रश्नाने संवादाची सुरुवात करता, त्याने तुम्ही प्रभावी आहात हे सिद्ध तर करताच परंतु तुम्हाला अधिक सन्मानही मिळतो, असे वैज्ञानिक संशोधनातून स्पष्ट झाले आहे.

प्रश्नांचा मास्टरक्लास भाग ६

उत्तर खरंच नीट ऐका

तुम्ही सात प्रश्नांपैकी एक प्रश्न विचारता.

त्यानंतर तुम्ही सक्रियतेने समोरच्या व्यक्तीचे उत्तर ऐकता.

अधेमधे मान हलवून तुम्ही समोरच्याला संकेत देता की तुम्ही मन लावून ऐकत आहात.

त्याचप्रमाणे त्याला प्रोत्साहित करण्यासाठी 'हम्' हा शब्दही उच्चारता.

त्याचप्रमाणे कोणत्याही परिस्थितीत नजरेला नजर भिडवून संवाद सुरू ठेवता.

असे असतानाही तुमच्या मनामध्ये लक्ष विचलित करणाऱ्या गोष्टींची उलथापालथ सुरू आहे. कदाचित आता यानंतर तुम्ही त्याला कोणता प्रश्न विचारणार, या विचाराने तुमच्या मनामध्ये द्वंद्व सुरू आहे. किंवा हा संवाद लवकरात लवकर कसा संपवायचा, याचा विचार तुमच्या मनामध्ये सुरू आहे. किंवा आज घरी स्वयंपाक करण्याची पाळी तुमची तर नाही ना, हा विचार तुमच्या मनामध्ये आलेला आहे. आणि स्वयंपाकात वापरण्यासाठी लागणारा लसूण घरी आहे की ऑफिसमधून घरी जाताना तो घेऊन जावा लागणार आहे, असे काही विचार सुरू आहेत. काही झाले तरी,

चक्र अजूनही फिरते आहे. उंदीर मात्र मेलेला आहे.

प्रश्न विचारल्यानंतर समोरची व्यक्ती जे उत्तर देत आहे ते खूप मनापासून, नीट ऐकणे ही गोष्ट आपण अगदी निश्चितपणे करू शकतो. आपली जिज्ञासा कायम ठेवा.

ही पाहा तुमची नवी सवय

जेव्हा असे होईल तेव्हा...

जेव्हा मी एक प्रश्न विचारेन...

तेव्हा

समोरच्या व्यक्तीचे उत्तर आपण ऐकत आहोत असा दिखावा करण्याऐवजी मी हे करेन..

मी खरोखरच मनापासून त्याचे उत्तर ऐकेन. जर माझे लक्ष विचलित झाले (ते अगदी नक्की भरकटेल) तर मी पुन्हा माझे लक्ष समोरच्या व्यक्तीवर केंद्रित करेन आणि पुन्हा ऐकायला सुरुवात करेन.

कार्यपद्धतीशी संबंधित प्रश्न

कामाच्या ओझ्याखाली दबलेल्या भावनेच्या मुळाशी जाल आणि प्रत्येक चांगल्या कार्यपद्धतीचे केंद्र असलेल्या प्रश्नाच्या आणखी जवळ जाण्याचा प्रयत्न कराल.

अधिक प्रभाव, अधिक सार्थकता

काही कामांचे स्वरूप असे असते, की ती कामे करायला तुम्हाला खूप आवडतात. ही अशी कामे असतात जी करताना तुम्ही अगदी मग्न होता. ही कामे करण्यासाठी तुम्ही कायम उत्साही असता. या कामांतून खूप मोठा फरक पडतो किंवा त्यांचा मोठा प्रभाव पडतो असे नाही, परंतु हे काम आपल्यासाठी महत्त्वाचे असते आणि त्याची म्हणून एक सार्थकता असते.

दुसऱ्या शब्दांत सांगायचे झाले तर ही अशी कामे असतात, जी करण्याची आशा आपल्याला अगदी सुरुवातीपासून असते.

आणि मग त्याशिवाय अशी अनेक कामे असतात, जी तुम्हाला मार्गी लावायची असतात. बॉक्स ऑफ क्रेयॉन्समध्ये आम्ही चांगल्या कामांच्या (रोजची कामे जी आपल्याला पूर्ण करावीच लागतात आणि ही तुमच्या पदाची सर्वसाधारण जबाबदारी आहे.) आणि महान कार्यांच्या बाबतीत (अशी कामे जी अधिक सार्थक असतील व ज्यांचा अधिक प्रभाव पडेल) सुस्पष्टता ठेवतो. विविध कंपन्या आणि त्यामध्ये कार्यरत लोकांना 'चांगली कामे' कमी करायला लागावीत म्हणजे ते 'महान कार्ये' अधिक करू शकतील हा मुख्य उद्देश आहे.

जर तुम्ही आणि तुमची टीम १० टक्के अधिक महान कार्य करू शकला

असतात, तर गोष्टी कशा बदलल्या असत्या, याची कल्पना तुम्ही करू शकता. पण स्पष्टच सांगायचे झाले तर इतका वेळ आहे कुणाकडे? जर आळशी प्रश्न (मी तुमची काय मदत करू शकतो?) या पाठाने तुम्हाला जर काहीसे अस्वस्थ केले असेल, तर कदाचित तुम्हाला भीती असेल की खरोखरच कोणी या प्रश्नाचे उत्तर दिले तर काय होईल? तुम्ही अगोदरच ई-मेल वाचणे, बैठका घेणे, आवश्यक कामे पूर्ण करणे, व्यायाम करणे, पुस्तके वाचणे आणि कुटुंबाला वेळ देण्यासारख्या गोष्टींसाठी पुरेसा वेळ काढू शकत नाही. तुम्ही तुमच्या संपूर्ण क्षमतेसह काम करूनही पुरेसा वेळ मिळत नाही ही वस्तुस्थिती आहे. मग अशा परिस्थितीत एखाद्या अतिरिक्त कामाला तुम्ही वेळ कसा देणार?

'मी खूप व्यस्त आहे' सांगणे बंद करा

याशिवाय अंतहीन कनेक्टिव्हिटी, कमी संसाधने असणाऱ्या कंपन्या आणि जागतिकीकरण यांच्या या विचित्र युगामध्ये 'मी कामाच्या ओझ्याखाली किती दबलो गेलो आहे आणि किती प्रकारच्या जबाबदाऱ्या मी सांभाळतो आहे,' हे सांगत राहणे ही अगदी सर्वसाधारण बाब आहे.

लोक विचारतात, ''मग काय सुरू आहे?''

तुम्ही उत्तर देता, ''मी खूप व्यस्त आहे. काम खूप वाढलेले आहे.''

हळूहळू आपल्याला या वास्तवाची जाणीव होते की सतत व्यग्र असणे हे काही यशाचे परिमाण ठरू शकत नाही. अनेक वर्षांपूर्वी जॉर्ज बर्नार्ड शॉ यांनी क्रांतिकारकांसाठी एक मौलिक सूत्रवाक्य सांगून महत्त्वाची गोष्ट सांगितली होती. 'समजूतदार व्यक्ती जगाप्रमाणे स्वतःला घडवते, अविवेकी व्यक्ती मात्र जगाला आपल्या पद्धतीने वागवू पाहते.'' त्यामुळे सारी प्रगती ही अविवेकी लोकांवर अवलंबून राहते. '4 अवर वर्कवीक' या पुस्तकाचे लेखक जिम फेरिस यांनी अलीकडेच एक महत्त्वाची गोष्ट सांगितली. ती म्हणजे 'आळशी विचार आणि अंदाधुंद पद्धतीने काम करणे हे एकसारखेच आहे. व्यस्त होणे हे आळशी होण्याचेच दुसरे रूप आहे.' (आळशीपणाचा हा प्रकार म्हणजे मी ज्या आळशीपणाचे कौतुक केले होते त्या प्रकारातील नक्कीच नाही.)

'ढोरमेहनत करण्यापेक्षा अधिक हुशारीने काम करा' हे सांगणेसुद्धा बंद करा

लोक अनेकदा सल्ला देताना दिसतात. ''नुसतं ढोरमेहनतीने नाही तर अधिक हुशारीने काम करा,'' अशा पद्धतीचे सल्ले निरर्थक असतात. हे सल्ले ऐकायला फार चांगले वाटतात. परंतु त्याची अंमलबजावणी खरोखरीच कठीण असते. आजकाल कार्यपद्धती या शब्दाचा वापर खूप ठिकाणी होऊ लागला आहे. एखादी गोष्ट महत्त्वपूर्ण, उपयोगी आणि विचार करण्याजोगी आहे, असे आपल्याला जेव्हा ठसवून सांगायचे असते, तेव्हा कार्यपद्धती या शब्दाचा वापर केला जातो. उदा. ही केवळ बैठक नाही तर कार्यपद्धतीवर आधारित बैठक आहे. एक कार्यपद्धतीवर आधारित सादरीकरणाची तारीख आहे. एक कार्यपद्धतीवर आधारित खरेदी आहे. जेफरी वेस्ट या ब्रँडच्या शानदार बुटांची खरेदी करायचे म्हटले तर त्याची खरेदी माझ्या कुवतीबाहेरची आहे. पण या ब्रँडचे बूट माझ्याकडे असावेत अशी माझी खूप दिवसांपासून इच्छा होती.

जेव्हा कार्यपद्धतीवर आधारित या शब्दाचा वापर बालीश पद्धतीने केला जातो, तेव्हा कंपनीतील कर्मचारीसुद्धा 'कार्यपद्धती'च्या विचारांप्रति उदासीन होऊन जातात.

पदांच्या श्रेणीमध्ये सामान्य कर्मचाऱ्यांपेक्षा वरिष्ठ असणारे लोक जेव्हा या शब्दाचा वापर करतात, तेव्हा ती गोष्ट त्यांच्या कामाच्या संदर्भातून पाहिली जाते. जेव्हा वस्तुस्थितीला तुम्ही या शब्दाचा मुलामा चढवू पाहता, तेव्हा तुमच्या लक्षात येते की खरंतर त्यात काहीही दम नाही, तरीही कार्यपद्धती हे जणू मोठ्या लोकांचे काहीतरी मोठे साधन आहे, असे भासवून प्रचार करण्याचा एक फालतू प्रकार आहे.

परंतु, कार्यपद्धती म्हणजे काही कपाटामध्ये धूळ खात पडलेले पॉवरपॉईंट डॉक्युमेंट नाही. ही त्याहीपेक्षा कितीतरी मौलिक अशी गोष्ट आहे. मला जितक्या व्याख्या माहिती आहेत, त्यात मायकल पोर्टरने सादर केलेली व्याख्या सर्वश्रेष्ठ आहे. त्याच्या मते, 'काय करायचे नाही हे निश्चित करणे' हे कार्यपद्धतीचे सार आहे.

कार्यपद्धती असलेला प्रश्न : जर तुम्ही या गोष्टीसाठी 'हो' म्हणत असाल, तर अशी कोणती गोष्ट आहे ज्यासाठी तुम्ही 'नाही' म्हणाल?

हा प्रश्न तुमच्या अपेक्षेपेक्षा कितीतरी अधिक जटिल आहे. त्यात किती शक्यता लपलेल्या आहेत हे त्यातून लक्षात येते. ज्या लोकांनी एखाद्या गोष्टीसाठी 'हो' म्हटले आहे, त्यांना हा प्रश्न विचारून तुम्ही त्यांना त्यासाठी स्पष्ट आणि कटिबद्ध होण्यासाठी सांगता. आपण अनेकदा काहीशा नाखुशीनेच संमती देतो. त्याचप्रमाणे ज्या गोष्टीसाठी आपण सहमती दिलेली आहे, ती नेमकी गोष्ट काय आहे, याविषयीदेखील अनेकदा संभ्रम असतो. ('मी तर कधीच म्हणालो नाही की मी हे करेन म्हणून' हे वाक्य म्हणण्याची वेळ तुमच्यावरदेखील आलेली आहे का? त्यामुळे सर्वप्रथम 'आपण ज्यासाठी 'हो' म्हणत आहात ती गोष्ट कोणती आहे, हे स्पष्ट करून घेऊ या. त्यातून समोरची व्यक्ती त्या विषयाबद्दल किती कटिबद्ध आहे हे स्पष्ट होते. त्यानंतर जर तुम्ही विचारले, ''या विचाराबद्दल पूर्णतः प्रतिबद्ध होण्याचा अर्थ काय आहे?' तर गोष्टी अधिक स्पष्ट होतील.

परंतु, 'नाही'शिवाय 'हो'चे काहीही अस्तित्व नाही. 'हो'ची एक निश्चित सीमा त्यातून ठरते आणि त्याला ठोस रूप मिळते.

आणि वास्तवात इथे तुम्ही 'नाही'च्या दोन प्रकारच्या उत्तरांना उजेडात आणत आहात. पहिल्या प्रकारचे 'नाही' अशा पर्यायांना लागू होते, जे आपण 'हो' म्हटल्याने स्वतःच संपून जातात. जर आपण एखाद्या मीटिंगला जाण्यासाठी 'हो' म्हणालात, तर अर्थातच त्याच वेळी असणाऱ्या दुसऱ्या कार्यक्रमाला जाण्यासाठी तुमचे उत्तर 'नाही' असते. अशा प्रकारे 'नाही' समजून घेतल्याने आपल्याला निर्णयांचे महत्त्व समजून घेण्यास मदत मिळते.

दुसऱ्या प्रकारातील 'नाही' हे कदाचित संवाद आणि त्याची खोली वाढवत नेणारे ठरू शकते. कारण आत्ता 'नाही' म्हणणे गरजेचे आहे, तेव्हाच ज्या गोष्टींना आपण 'हो' म्हणालो आहोत, त्या गोष्टी पूर्ण होत जातील. आपल्या गरजेपेक्षा व्यस्त असलेल्या जीवनामध्ये आपण अगोदरच इतक्या कमिटमेंट दिलेल्या असतात की आपण कोणत्याही अतिरिक्त कामाला 'हो' म्हणतो आणि आशा करतो की ते काम आपण पूर्णसुद्धा करू. तुमच्या हातात जणू एखादी जादूची

छडी असावी अशा पद्धतीने तुम्ही ते पूर्ण केले, तरीदेखील दुसऱ्या प्रकारातील 'नाही'मुळे त्यावरच प्रकाश पडतो की जेव्हा तुम्ही 'हो' म्हणून बसता, तेव्हा अगोदर ज्यासाठी 'हो' म्हणून कामे अंगावर घेतली होती, त्यांच्यासाठी लागणारा वेळ, एकाग्रता, ऊर्जा आणि संसाधन कसे जमवणार, हा महत्त्वाचा प्रश्न समोर उभा ठाकतो.

तुम्ही सर्व मूलभूत गोष्टींचा विचार केलेला आहे हे सुनिश्चित करण्यासाठी तुम्ही ३ पी मॉडेलचा अवलंब करू शकता. त्या संदर्भात आपणास 'सुरुवातीचा प्रश्न' या आपल्या पहिल्या पाठामध्ये सांगण्यात आलेले आहे.

प्रोजेक्ट

- कोणता प्रकल्प सोडण्याची किंवा स्थगित करण्याची गरज आहे?
- आता तुम्ही कोणत्या मीटिंगमध्ये सहभागी होणार नाही?
- ज्या गोष्टींसाठी तुम्ही 'हो' म्हटले आहे, त्यासाठी कोणत्या संसाधनांचा उपयोग करण्याची गरज आहे.

लोक (पीपल)

- तुम्हाला कोणत्या अपेक्षांचे नियोजन करायचे आहे?
- तुम्ही कोणत्या नाटकीय त्रिकोणापासून स्वतःला वेगळे ठेवाल?
- तुम्ही कोणते नातेसंबंध कमजोर होऊ द्याल?

पॅटर्न

- तुम्हाला कोणत्या सवयी सोडायच्या आहेत?
- कोणत्या जुन्या महत्त्वाकांक्षा आणि मनात चालणाऱ्या कथा अपडेट करण्याची गरज आहे?
- तुम्हाला स्वतःच्या संदर्भात असणारे कोणते विश्वास त्यागण्याची गरज आहे?

तुम्ही 'नाही' केव्हा म्हणायला हवे? (आणि हो केव्हा म्हणायला हवे ?)

मी माझ्या लिंक्डइन वरील ग्रुपवर विचारले की त्यांच्या मते 'हो' किंवा 'नाही' सांगण्याची चांगली किंवा वाईट कारणे काय आहेत? त्यांची उत्तरे काहीशी अशी होती.

	वाईट कारण	चांगले कारण
	तू तुझा फोन ठेव किंवा ऑफिस सोडून निघून जा, यासाठी मी काहीही करायला तयार आहे.	मी समोरच्या व्यक्तीचा अनुरोध पाहून उत्सुक होतो. मी प्रश्न विचारले आणि त्याने मला चांगली उत्तरे दिली.
हो	हो, मी हे जाणतो की मी हे नाही करणार.	मला काय बंद करायचे याविषयी माझ्या मनात सुस्पष्टता आहे, त्यामुळे मी या गोष्टी सुरू करू शकेन.
	मला वाटते की यामुळे मी लोकांना आवडू लागलो आहे.	हे माझ्यासाठी 'महान कार्य' आहे. असे काम, ज्याने प्रभावही पडेल आणि सार्थकही ठरेल.
	सवय	माझ्या बॉसने स्पष्ट केले आहे की या विषयी आता पुन्हा बोलणे होणार नाही.
	मला ती व्यक्ती आवडत नाही (मला खरोखरीच ती व्यक्ती अजिबात आवडत नाही).	मी समोरच्या व्यक्तीचा अनुरोध पाहून उत्सुक होतो. मी प्रश्न विचारले आणि त्याने मला चांगली उत्तरे दिली. आता मला माहित आहे की त्यासाठी 'हो' म्हणणे उचित नाही.
	मी सहज साधं जगणं पसंत करतो आणि मला काहीही बदलायला आवडत नाही.	
	आक्रमण करणे हा रक्षणाचा सर्वोत्तम मार्ग आहे.	मी विचार केला की माझे प्राधान्यक्रम काय आहेत त्यामुळे आता मी कुणाच्याही दबावाखाली येणार नाही.
	सवय	मी एका अशा व्यक्तीच्या रूपामध्ये स्वतःला घडवू पाहतो जो कार्यपद्धती आखणारा व विचारशील आहे.

जेव्हा 'नाही' म्हणणे अवघड असेल, तेव्हा 'नाही' कसे म्हणायचे? (भाग १)

आपल्यातील बहुतांश लोकांसाठी दोन प्रकारच्या लोकांना 'नाही' म्हणणे सर्वांत सोपे असते. पहिले म्हणजे असे लोक जे आपल्या सर्वाधिक जवळचे असतात. उदा. आपली पत्नी, आपली मुले. दुसऱ्या प्रकारामध्ये आपल्याशी फार जवळचे किंवा आपल्यासाठी खास नसणारे लोक असतात. त्यामध्ये कोणी सेल्समॅन, कोणी टेलिमार्केटिंग करणारी व्यक्ती. या पलीकडे कोणत्याही व्यक्तीला 'नाही' म्हणणे अवघड असते. दुर्दैवाने तिसऱ्या श्रेणीमध्ये आपले सहकारीसुद्धा सहभागी असतात. त्यामुळे कॉर्पोरेट संस्कृतीमध्ये आपल्या समस्या आणखीनच वाढतात. त्यामुळे प्रत्येक गोष्टीचे उत्तर एकतर 'हो' असते किंवा मग 'कदाचित'.

साधेपणाचा एक मूर्तिमंत आदर्श असलेल्या बिल जेन्सेन यांनी मला शिकवले की, 'नाही' म्हणण्यातील रहस्य हे कोणत्याही गोष्टीला चटकन 'हो' न म्हणण्याची कला शिकण्यात लपलेले आहे. याबाबतीत आपल्याला अडचणीत आणणारी गोष्ट म्हणजे चटकन दिली जाणारी प्रतिबद्धता. आपण ज्या गोष्टीला 'हो' म्हणत आहोत आणि समोरची व्यक्ती आपल्यालाच आग्रह का धरते आहे, याचा विचार न करता 'हो' म्हणून टाकले जाते. चटकन 'हो' न म्हणण्याचा अर्थ हाच आहे की कोणतीही गोष्ट घाईघाईने स्वीकारण्याऐवजी आपण त्याविषयी अधिक माहिती घेणे अर्थात त्यासंबंधात अधिक प्रश्न विचारणे.

- तुम्ही मला हे का सांगत आहात?
- या कामासंदर्भात तुम्ही आणखी कोणाजवळ विचारणा केली आहे का?
- तुम्ही म्हणत आहात की हे अत्यावश्यक आहे. याचा नेमका अर्थ काय?
- हे सगळे कोणत्या निकषांनुसार पूर्ण करायचे आहे आणि कधीपर्यंत?
- जर मी म्हणालो की हे पूर्ण करण्याऐवजी यातील केवळ एका पैलूवर मी काम करू शकेन तर तुमच्या मते तो पैलू कोणता असावा?
- यातील कोणत्या गोष्टींची जबाबदारी तुम्ही स्वतः घेत आहात? ज्यामुळे माझ्यासाठी हे जरा अधिक सोपे होऊ शकेल.

अशा प्रकारे अधिक माहिती मिळवण्याचा प्रयत्न केल्याने कदाचित तुम्हाला चार प्रकारच्या प्रतिक्रिया मिळतील, ज्यातील तीन तुमच्यासाठी नक्की उपयोगी असतील.

पहिली प्रतिक्रिया जी तुमच्यासाठी उपयोगी नसेल. कारण समोरची व्यक्ती तुम्हाला सांगेल की इतके प्रश्न विचारू नका, फक्त कामाला सुरुवात करा.

समोरची व्यक्ती कोण आहे, तिथली संस्कृती काय आहे आणि काम किती महत्त्वाचे आहे, या आधारे हे स्पष्ट होते की तुम्हाला जे सांगितले आहे, ते तुम्ही पूर्ण करावे इतकीच तुमच्याकडून अपेक्षा आहे.

चटकन 'हो' न म्हणण्याचा अर्थच हा आहे की कोणत्याही गोष्टीचा स्वीकार करून ती जबाबदारी खांद्यावर घेण्यापूर्वी त्याविषयी अधिक माहिती मिळवणे.

दुसऱ्या प्रकारच्या प्रतिक्रियेमध्ये समोरच्या व्यक्तीकडे तुमच्या सगळ्या प्रश्नांची चांगली उत्तरे असतील. ही चांगली गोष्ट आहे, कारण याचा अर्थ त्याने विचार करून मगच तुम्हाला प्रस्ताव दिलेला आहे. केवळ तुम्ही सगळ्यांची मदत करता किंवा ई-मेल अॅड्रेसमध्ये तुमचे नाव सगळ्यात वर होते, म्हणून निश्चितच त्याने तुमचा विचार केलेला नाही हे; तुमच्या लक्षात येईल.

तिसऱ्या प्रतिक्रियेमध्ये तुम्ही विचारलेल्या सगळ्या प्रश्नांची उत्तरे त्याच्याकडेही नसतील, परंतु त्याची उत्तरे शोधण्याची त्याची तयारी असेल. हे खरोखर चांगले आहे. त्यामुळे तुम्हाला थोडा अधिक वेळ मिळेल आणि कदाचित दुसऱ्यांचा प्रस्ताव तो तुमच्याकडे घेऊन येणारच नाही.

शेवटी समोरची व्यक्ती तुम्हाला म्हणते, 'तुम्ही सहमत होणे जरा जास्तच अवघड आहे. त्यापेक्षा चटकन 'हो' म्हणेल अशी कोणी तरी व्यक्ती मी शोधलेली अधिक योग्य ठरेल.'

२००२ सालच्या हार्वर्ड बिझनेस रिव्ह्यूमध्ये 'बिवेयर द बिझी मॅनेजर' या शीर्षकांतर्गत प्रकाशित लेखामध्ये हेक ब्रुच आणि सुमंत्र घोषाल यांनी सांगितले, की 'खरोखर अर्थपूर्ण गोष्टींवर काम करण्यासाठी एकाग्रता आणि ऊर्जा असते असे केवळ १० टक्के मॅनेजर असतात.' खरं सांगायचं तर मला हा १० टक्के आकडासुद्धा खूप जास्त वाटतो आहे. परंतु तुम्ही विचार कराल तर तुमच्या कंपनीमध्येसुद्धा कोणीतरी अशी व्यक्ती जरूर दिसून येईल, जी गोष्टी विस्कटू देत नाही आणि सर्वसाधारण गप्पांमधील आक्रमकता व आपल्यावर ओझे बनू शकणाऱ्या अतिरिक्त जबाबदाऱ्या वाढू देत नाही. कदाचित ती व्यक्ती कंपनीत

कुणाला फारशी आवडत नसेल. लोकांना तुम्ही आवडावे ही इच्छाच नाटकीय त्रिकोणातील रक्षकाच्या त्या भूमिकेच्या जवळ घेऊन जाते, त्यात रक्षक म्हणतो, 'हो, मी ते काम करेन.' परंतु ती एक वरिष्ठ, यशस्वी आणि सन्माननीय व्यक्ती असेल अशी खूप शक्यता आहे.

ती व्यक्ती यशस्वी आणि सन्माननीय यासाठीच आहे, कारण ती लगेच 'हो' म्हणत नाही. किंबहुना 'हो' म्हणायला तुमच्यापेक्षा अधिक वेळ घेते.

जेव्हा 'नाही' म्हणणे अवघड असेल तेव्हा 'नाही' कसे म्हणायचे (भाग २)

एखाद्या गोष्टीला नाही म्हणणे थोडे अवघड असते, कारण प्रत्यक्षात तुम्ही त्या गोष्टीला नाही म्हणत नाही तर त्या व्यक्तीला 'नाही' म्हणत असता. त्यामुळे ती व्यक्ती तुमच्याविषयी ज्या आशा लावून बसलेली असते, त्या आशा नष्ट होतात. ती नाराज होते आणि तिला वाटते की, तुम्ही त्या व्यक्तीला नाराज केले आहे.

दुसऱ्यांची मदत करण्याच्या संदर्भात एक महत्त्वपूर्ण रहस्य आहे, ''ज्याची माहिती मला 'सैतानाचे कोचिंग' या विषयाची चर्चा सुरू असताना एका वेगळ्या संदर्भात मिळाली. तिसरा बिंदू बनवणे. याचा अर्थ एका अशा गोष्टीची ओळख करून देणे, ज्यामध्ये तुम्ही 'नाही' म्हणत आहात, परंतु ती गोष्ट म्हणजे कुठलीही एखादी व्यक्ती असणार नाही. त्या व्यक्तीने तुम्हाला दिलेल्या प्रस्तावाला एका कागदाच्या तुकड्यावर किंवा चार्टवर नोंदवणे आणि मग त्याला सांगणे की, 'मला वाटते की याला मी 'नाही' म्हणायला हवे.'

'मला वाटते की मला तुम्हाला 'नाही' म्हणावे लागेल' यापेक्षा हे वाक्य खूपच चांगले आहे.

व्यक्तीला 'हो' म्हणा परंतु कामाला 'नाही' म्हणा.

इतर पाच कार्यपद्धतीविषयक प्रश्न

कार्यपद्धती या विषयावर अनेक पुस्तके उपलब्ध आहेत, ज्यापैकी पूर्णतः दुर्लक्ष करावे अशीच अधिकतर आहेत. जर याविषयी खरोखरीच तुम्हाला एखादे पुस्तक वाचायचे असेल तर रॉजर मार्टीन आणि ए. जी. लेफली यांचे लोकप्रिय पुस्तक 'प्लेईंग टू विन' हे पुस्तक मी तुम्हाला आवर्जून सुचवेन. लेफली हे

प्रॉक्टर अँड गॅम्बलचे सीईओ म्हणून काम करीत होते. त्यांच्या कंपनीने त्यांच्या काळात यशोकीर्ती संपादन केलेली होती. लेफली यांची कामगिरी इतकी चांगली होती की त्यांचा पहिला कार्यकाळ पूर्ण झाल्यानंतर कंपनीने त्यांना पुन्हा एकदा दुसऱ्यांदा पाचारण केले. तर मार्टिन हे टोरांटो युनिव्हर्सिटीच्या रॉटमॅन स्कूल ऑफ मॅनेजमेंटचे अधिष्ठाता होते. त्याशिवाय ते एक मान्यवर लेखक आहेत. मार्टिन हे लेफली यांचे सर्वांत विश्वासू सल्लागार होते. त्यांनी कार्यपद्धती या विषयाची विभागणी पाच प्रमुख प्रश्नांमध्ये केली. ज्याची उत्तरे देणे गरजेचे ठरते. कर्मचारी आणि टिम यांच्यासह अरबो डॉलर्सची उलाढाल असणाऱ्या दिग्गज कंपन्या या सगळ्यांना सामावून घेणारे असे हे प्रश्न आहेत.

परंतु हे प्रश्न परस्परसंबंधित आहेत. यातील कोणत्याही एका प्रश्नाच्या उत्तराचा त्याच्या पुढच्या प्रश्नावर (किंवा कदाचित त्या पूर्वीचा प्रश्नसुद्धा) प्रभाव पडू शकतो. या प्रक्रियेची खरी शक्ती ही प्रत्येक प्रश्नावर वारंवार काम करण्याच्या आणि आपल्या उत्तरांना आरेखित करण्याच्या मागे लपलेली आहे. ड्वाईट डी. आयसेनहावर यांनी सांगितले होते की, योजना फार काही कामाच्या नसतात; परंतु योजनाबद्ध पद्धतीने काम करणे मात्र अनिवार्य आहे.

हे म्हणणे काहीसे कठोर वाटले, तरीदेखील हे प्रश्न तुम्हाला योजनाबद्ध रीतीने काम करण्यासाठी कटिबद्ध करतात यात शंका नाही.

तर हे आहेत ते पाच प्रश्न

आपल्याला विजयाची आकांक्षा काय आहे?

आपण केलेली निवड म्हणजेच जिंकलो आहोत हे जाहीर केल्याने आपण कमी दर्जाचे काम करण्याच्या पर्यायाचा विचार करू शकत नाही. जर तुम्हाला खरोखरीच जिंकायचे असेल, तर तुम्ही कोणता खेळ खेळत आहात आणि कुणाशी खेळत आहात (कोणाच्या विरोधात) हे तुम्हाला माहीत असणे गरजेचे आहे. तुम्हाला जगावर कसा प्रभाव पाडायचा आहे?

आपण कुठे खेळणार आहात?

समुद्राला उकळी आणण्यासारखी अशक्य कोटीतील महत्त्वाकांक्षा बाळगून असाल तर तुम्ही क्वचितच यशस्वी होऊ शकाल. त्यामुळे एक विशिष्ट क्षेत्र, स्थान, उत्पादन, माध्यम, ग्राहक समूह यांची निवड केल्याने तुम्हाला तुमच्या संसाधनांना एका निश्चित दिशेने केंद्रित करणे शक्य होते.

आपण कसे जिंकणार?

तुमच्यामध्ये आणि इतरांमध्ये ते काही अंतर आहे, ते कमी कसे करता येईल हे पाहायला हवे.

कोणत्या क्षमता असणे गरजेचे आहे?

आपल्याला काय करायला हवे, हे जाणणे केवळ महत्त्वाचे नाही; तर ते तुमची ताकद कसे बनेल हेदेखील आपल्याला समजून घ्यावे लागेल.

कोणत्या प्रबंधन प्रणालीची गरज आहे?

गोष्टींचे आकलन करणे सोपे असते, परंतु कोणत्या गोष्टींचे आकलन करायचे आहे याचा शोध घेणे अधिक अवघड असते.

एखाद्या गोष्टीचा शोध घेणे आणि जास्त प्रश्न विचारणारी व्यक्ती बनणे यात फारसे अंतर नाही.

- सॅन कीन

प्रश्नांच्या मागे आपला कार्यपद्धतीशी संबंधित प्रश्न असतो. जर त्यासाठी तुम्ही 'हो' म्हणत असाल, तर मग ते काय असेल ज्यासाठी तुम्ही 'नाही' म्हणायला तयार आहात? मार्टिन आणि लेफली हे आपल्यासमोर हा विषय ठेवतात. 'लक्षात घ्या, कार्यपद्धती म्हणजे तुम्हाला विजय मिळवून देतील अशा पर्यायांची निवड करणे. हा पाच पर्यायांचा एक समन्वित व एकीकृत असा समूह आहे. जेव्हा तुम्हाला तुमची कार्यपद्धती आखायची असेल, तेव्हा तुम्ही काय करणार आणि काय करणार नाही हे निश्चित करा. एचपी कंपनीच्या सीईओ मेग व्हाईटमेन (प्लेईंग टू विन या पुस्तकाच्या त्या इतक्या मोठ्या प्रशंसक आहेत की त्यांनी प्रत्येक मॅनेजरला हे पुस्तक वाचण्याचे आवाहन केले आहे) या पुढीलप्रमाणे ही गोष्ट आपल्यासमोर ठेवतात. 'अवघड व्यवहार पूर्ण करण्यासाठी ही प्रक्रिया आपल्याला भाग पाडते.'

तुमची नवी सवय इथे निर्माण करा.

जेव्हा असे होईल...

जे तुमच्या ट्रिगर (संकेतचिन्ह) आहेत त्या क्षणांविषयी, त्या लोकांविषयी आणि कदाचित त्या भावनांविषयी कागदावर लिहा.

कर्मचारी अतिरिक्त जबाबदारी घेऊन आपल्या कामाचे ओझे गरजेपेक्षा अधिक वाढवत आहेत का, हे पाहणे, हा आपला ट्रिगर आहे. किंवा मग भविष्यातील अडचणींना घाबरून ते समोरच्या पर्यायांची निवड करायला घाबरत आहेत किंवा प्रत्येक गोष्टीला 'हो' म्हणून सगळा गोंधळ करून टाकत आहेत? किंवा मग जेव्हा प्रकल्पाची गती खूप जोरात असेल आणि नियंत्रित करण्यास अवघड असतील असे बदल सातत्याने होत आहेत असे लक्षात येत आहे. सारांश रूपाने सांगायचे झाले तर, जेव्हा कोणती व्यक्ती काही नवे करण्याचा निर्णय घेत असेल, तर तो तुमचा ट्रिगर (बदल संकेत) आहे.

तेव्हा हे करण्याऐवजी...

आपल्याला जी सवय सोडायची आहे ती सवय स्पष्टतेसह कागदावर लिहावी. त्या प्रश्नाच्या संदर्भात तुमच्या आत बसलेल्या सल्ला देणाऱ्या दानवाला वश करण्याशी ती जोडलेली असू शकते.

आपल्या क्षमतांच्या मर्यादा लक्षात न घेता जेव्हा तुम्ही अतिरिक्त कार्य हाती घेत असाल, तेव्हा तुम्ही पुन्हा एकदा रक्षकाच्या भूमिकेत (जिथे आपण समोरच्याला खूश राखण्यासाठी प्रत्येक गोष्टीला 'हो' म्हणत सुटता) किंवा मग पीडिताच्या भूमिकेतून (जेव्हा तुम्हाला वाटते की तुमच्याकडे 'हो' म्हणण्याऐवजी दुसरा कुठलाही मार्ग नाही) विचार करता आणि तुम्हाला त्यातून बाहेर पडायचे आहे.

तेव्हा मी हे करेन...

आपल्या नव्या सवयीचे वर्णन करा

तत्काळ काम सुरू करून येणाऱ्या ओझ्यापासून वाचण्याचा प्रयत्न करा आणि विचारा, 'आपण आत्ता ज्याला 'हो' म्हणत आहोत, त्याला अधिक ठोस बनवण्यासाठी आपण कोणत्या गोष्टीला 'नाही' म्हणणार आहोत?'

बॉक्स ऑफ क्रेयॉन्सच्या लॅबकडून ...

मूल्यांकन करणे व निर्णय घेण्याच्या संदर्भात जे मनोविज्ञान मांडले जाते, त्यासाठी डॅनियल कानमेन यांना २००२ साली नोबेल पुरस्काराने सन्मानित करण्यात आले. त्यांच्या कार्यक्षेत्राला आपल्या भाषेत 'व्यावहारिक अर्थशास्त्र' म्हटले जाते. 'थिंकिंग फास्ट अँड स्लो' या पुस्तकासाठी कानमेन खास लोकप्रिय आहेत. त्यामध्ये त्यांनी लिहिले आहे की, निर्णय घेण्याच्या आपल्या दोन प्रक्रिया असतात. पहिली वेगवान, सहज आणि अंतःप्रेरणेने निर्णय घेण्याची प्रक्रिया असते. आणि दुसरी हळुवार, तर्कसंगत प्रक्रिया. वेगाने विचार करण्याची पद्धत ही अतिशय उत्तम आणि नेमकी असते. परंतु प्रत्येक वेळी असे असत नाही. आपल्यावर अनेक संज्ञानात्मक पूर्वग्रह (कॉग्नीटिव्ह बायस)सुद्धा असतात. त्यामुळे अनेकदा आपण चुकीचे निर्णय घेऊन बसतो. परंतु कार्यपद्धतीशी संबंधित प्रश्नांच्या मदतीने आपण यातील किमान दोन पूर्वग्रहांपासून स्वतःला वाचवू शकतो.

पहिला पूर्वग्रह म्हणजे, योजनेविषयीचा भ्रम. एखादे काम पूर्ण करण्यासाठी आपल्याला किती वेळ लागेल, याचा नेमका अंदाज लावण्यात आपण कायमच सपशेल फेल जात असतो. आपल्या क्षमतांपेक्षा कितीतरी अधिक क्षमता आपल्यात असल्याचा आपला भ्रम असतो आणि आपण त्यालाच खरे मानून बसतो. त्यामुळे आपल्या सामर्थ्यापेक्षा कितीतरी अधिक काम करू शकतो, असे आपल्याला वाटत राहते. परंतु कार्यपद्धतीशी संबंधित प्रश्नांमुळे आपण आपल्या क्षमतांविषयी आणि सामर्थ्याविषयी अधिक वास्तववादी बनतो. त्यामुळे काय करणे शक्य आहे आणि काय नाही, याविषयीची सुस्पष्ट कल्पना आपल्याला येते.

दुसरा पूर्वग्रह हा प्रॉस्पेक्ट थिअरी या नावाने ओळखला जातो. नफा आणि नुकसान हे समान रूपाने मोजता येत नाहीत. १०० डॉलर्स कमावणे जितके चांगले वाटते, त्यापेक्षा १०० डॉलर्स गमावणे अधिक वाईट वाटते. याचा अर्थ जेव्हा आपण एखादी गोष्ट मिळवतो, तेव्हा ती आपल्यापासून दूर जाण्यापासून वाचवण्याचा प्रयत्न करतो आणि त्या गोष्टीचे गरजेपेक्षा अधिक मूल्यांकनही करतो. कार्यपद्धतीशी संबंधित प्रश्न विचारल्याने आपण काय नेमके वाचवू पाहतो आहोत, हे स्पष्ट होते आणि ती गोष्ट खरोखरीच वाचवून ठेवण्याच्या लायकीची आहे का, याचाही सुस्पष्ट अंदाज येतो.

प्रश्नांचा मास्टरक्लास भाग ७

तुम्हाला जे उत्तर मिळेल ते स्वीकारा

कॅनेडियन गायिका कार्ली रे जेप्स यांचे २०१२ सालचे 'कॉल मी मेबी' हे गीत खूप लोकप्रिय झाले. याचा व्हिडिओ (याच्या शेवटी एक कमालीचा ट्विस्ट होता) युट्यूबवर ७०० दशलक्षवेळा पाहिला गेला आहे. संगीताचे प्राचीन रूप असणाऱ्या कॉल अँड रिस्पॉन्सचे ताजे उदाहरण म्हणून या गीताकडे पाहिले गेले. या गीतामध्ये कार्ली रे गाते (हे, आय जस्ट मेट यू) आणि त्याला रिस्पॉन्स (प्रतिक्रिया) म्हणून व्हॉयलिन वाजते. कार्ली रे पुन्हा गाते, (अँड दिस इज क्रेझी) पुन्हा एकदा प्रतिक्रिया म्हणून व्हॉयलिन वाजतो. हाच पॅटर्न तुम्ही लोकप्रिय अमेरिकी गायक मडी वॉटर्सचे क्लासिक गीत असलेल्या 'मॅनिश बॉय'सह अनेक अमेरिकी लोकसंगीत आणि ब्लूजमध्ये* सुद्धा पाहू शकता.

आता तुम्ही तुमच्यामध्ये बसलेल्या सल्ल्याच्या राक्षसाशी चांगलेच परिचित झालेले आहात. तसेच आता सल्ला, मार्गदर्शन करत बसण्याऐवजी तुमचा भर प्रश्नांवर आहे. त्यामुळे आता तुमचे कौतुक करावे तितके थोडे आहे. आता तुम्हीसुद्धा 'कॉल अँड रिस्पॉन्स'ची शैली अंगीकारावी. समोरच्या व्यक्तीचे उत्तर ऐकून 'आणखी काही?' प्रश्न विचारण्यापूर्वी त्याचे उत्तर स्वीकारणे आणि तुम्ही त्याचे उत्तर खूप लक्षपूर्वक ऐकलेले आहे हे त्याला दर्शवण्यास विसरू नका.

तुम्हाला फार काही सांगण्याची गरज नाही.

---

*संगीताची एक विशेष शैली. त्याचा जन्म अमेरिकेच्या दूर दक्षिणेस आफ्रिकी-अमेरिकी समुदायात झाला.

याचा उद्देश लोकांचे आकलन करणे नाही, तर त्यांना प्रोत्साहित करणे आहे.

त्याचबरोबर समोरच्याने जे सांगितले आहे, ते तुम्ही लक्षपूर्वक ऐकले आहे, हे त्याला जाणवून देणे.

माझी काही लाडकी उत्तरे ही आहेत.

- खूप छान! क्या बात है.. मला हे आवडले.
- मस्त. ही तर खूप चांगली गोष्ट आहे.

मी पैजेवर सांगतो, की यातली काही उत्तरे ही तुमचीही लाडकी असतील. यात अजून कशाची भर घालायला तुम्हाला आवडेल?

ही आहे तुमची नवी सवय

जेव्हा असे होईल...

जेव्हा समोरची व्यक्ती माझ्या एखाद्या प्रश्नाचे उत्तर देईल.

तेव्हा

तत्काळ आणखी एक प्रश्न विचारण्याऐवजी

मी हे करेन...

अच्छा, ही तर खूप चांगली गोष्ट आहे, असे म्हणून मी त्या उत्तराचा स्वीकार करेन.

शिकण्याचा प्रश्न

कोणताही संवादाचा समारोप कशा रीतीने करायचा आणि शेवटी तुम्ही एक जिनियस ठरावे म्हणून काय करायचे, हे आपण यात जाणून घेणार आहोत.

लोक कसे शिकतात?

एक मॅनेजर किंवा एका लीडरच्या रूपात तुम्हाला वाटते की लोकांनी आपले काम पूर्ण करावे, परंतु तुम्हाला त्यांच्याकडून फक्त इतकेच नाही आणखी खूप काही हवे असते. ते अधिक सक्षम, अधिक आत्मनिर्भर आणि अधिक यशस्वी बनावेत असे तुम्हाला वाटत असते. आणि यातली चांगली गोष्ट ही की, त्यांनाही तसेच बनायचे असते.

परंतु शिकण्याच्या या प्रक्रियेमध्ये लोकांची मदत करणे अवघड असते. कधी कधी तर असे वाटते की इतके समजावले, इतके शिकवण्याचा प्रयत्न केला, तरीही त्यांच्या डोक्यात काहीही शिरायला तयार नसते.

त्याचे कारण असते..

तुम्ही सांगितल्याने किंवा समजावल्याने लोक काहीही शिकत नाहीत.

किंवा ते एखादे काम करताना शिकतात असेही नाही.

जेव्हा अलीकडेच घडलेली एखादी गोष्ट आठवते आणि त्यावर विचार करण्यासाठी वेळ मिळतो, तेव्हा त्यांच्या मेंदूमध्ये नवा न्यूरल पाथवे (तंत्रिका पथ) बनू लागतो आणि तेव्हाच ते शिकायला सुरुवात करतात.

शिकण्याचा प्रश्न : तुमच्यासाठी सर्वांत उपयुक्त काय होते?

शिक्षणाच्या क्षेत्राशी संबंधित असलेल्या क्रिस अर्गिरीस यांनी चाळीस वर्षांपूर्वी यासाठी एक शब्द तयार करून रुजवला होता. तो होता, डबल-लूप लर्निंग! एखादी समस्या सोडवण्यासाठी प्रयत्न करणे हा जर पहिला लूप असेल, तर समस्येविषयी शिकण्याचा एक क्षण तयार करणे हा दुसरा लूप आहे. या दुसऱ्या लूपमध्ये लोकांना नवी अंतर्दृष्टी मिळते. इथे नवे संबंध बनतात आणि 'अहाहा' अशा क्षणाची जाणीव करणाऱ्या क्षणांचा अनुभव मिळतो.

जिथे शिकण्याच्या क्षणांचा अनुभव मिळेल, असे स्थान लोकांसाठी तयार करणे ही एक मॅनेजर आणि एक लीडर म्हणून तुमची जबाबदारी आहे.

आणि त्यासाठी डबल लूप लर्निंगला संचालित करेल अशा प्रश्नाची गरज असते. आणि तो प्रश्न म्हणजे, 'तुमच्यासाठी सर्वाधिक उपयोगी काय होते?'

शिकण्याचे तंत्रिका विज्ञान

शिकण्याच्या आणि प्रगती करण्याच्या संदर्भात तुम्हाला थोडीफार माहिती असेल तर तुम्हाला नक्की हे माहीत असेल की सर्वांत मोठी समस्या कोणती, तर माहिती लक्षात ठेवणे. बहुतांश लोक कॉर्पोरेट ट्रेनिंग घेतात, परंतु तिथे त्यांना जे काही सांगितले होते ते जवळपास सारे काही बाहेर पडल्यानंतर विसरून जातात. भलेही तिथे कितीही अंतर्दृष्टी दिलेली असो, आठवड्याभरानंतर तर ती एक धूसर आठवण बनून राहते. जर एखाद्या क्लासमध्ये तुम्ही जर शिकणाऱ्या विद्यार्थ्याऐवजी शिकवणारे म्हणून गेला असाल आणि तुम्हाला दोन-तीन दिवसांचा वेळ मिळालेला असेल, तर कदाचित तुम्हाला हा असाच अनुभव आलेला असेल. तुम्ही दुसऱ्यांना शिकवण्यासाठी जे काही तयार करून गेलेला असाल, ते क्लासमध्ये गेल्यानंतर ते सारेच्या सारे तुमच्या लक्षात राहिले आहे, असे फार कमी वेळा झालेले असेल.

परंतु शिकण्याचा अनुभव अधिक यशस्वी कसे करायचा, हे आता आपण शिकलो आहोत. याचे श्रेय न्यूरोसायन्स (तंत्रिकाविज्ञान) आणि सायकॉलॉजी (मानसशास्त्र) यांना जाते. एखादी गोष्ट दीर्घकाळ लक्षात राहण्यासाठी चार मुख्य

तंत्रिकासंबंधित कारक समजून घेण्यासाठी जॉन डेव्हीस अँड न्यूरोलिडरशिप इन्स्टिटट्यूटच्या सहयोगी व्यक्तींनी एजीईएस मॉडेल तयार केले होते. इथे एजीइएसचा अर्थ आहे, अटेन्शन (ध्यान), जनरेशन (उत्पादन), इमोशन (भावना) आणि स्पेसिंग (अवकाश). यामध्ये आपल्यासाठी महत्त्वपूर्ण आहे, जनरेशन (निर्माण) नव्या आणि अस्तित्वात असलेल्या विचारांशी जोडले जाणे (तो विचार प्रस्थापित करणे). विशेषतः जेव्हा आपण फक्त वाचण्याऐवजी आपला वेळ देऊन पूर्ण मेहनतीने प्रश्नांची उत्तरे शोधून ज्ञान अर्जित करतो, तेव्हा लक्षात ठेवण्याची आपली क्षमता वाढते.

सारांश रूपाने सांगायचे झाले तर, आपल्याला जितके वाटते तितके सल्ला देणे महत्त्वपूर्ण नसते असे आपल्या लक्षात येईल. कल्पना करा, की मी तुम्हाला काही सांगतो आहे तरीही ही माहिती तुमच्या हिप्पोकँपसपर्यंत पोहोचेलच याची खात्री देता येत नाही. ही अशी जागा असते जिथे आठवणी स्मृतीच्या स्वरूपात संग्रहित करून ठेवल्या जातात. त्याऐवजी जर मी तुम्हाला काही प्रश्न विचारला आणि तुम्ही स्वतः त्याचे एखादे उत्तर तयार करून दिले, तर लक्षणीय रूपात लक्षात ठेवण्याची शक्यता उल्लेखनीय स्वरूपात वाढते.

शिकणे, पुन्हा प्राप्त करणे

यासंबंधातील अंतर्दृष्टी मनोविज्ञानाच्या दुनियेतून मिळते. 'मेक इट स्टिक : द सायन्स ऑफ सक्सेसफुल लर्निंग' हे पीटर ब्राऊन, हेन्री रोएडिगर आणि मार्क मॅक्डेनियल यांचे उत्कृष्ट पुस्तक आहे. हे तिघेही मनोविज्ञानाचे विख्यात प्रोफेसर आहेत आणि त्यांनी उत्कृष्ट कार्यपद्धतींचा एक सारांश तयार केलेला आहे. लोकांना शिकण्यात त्याची मदत होते. त्यांनी जी पहिली कार्यपद्धती तयार केलेली आहे, माहिती पुन्हा मिळवण्याच्या प्रभावाचा उपयोग करणे- त्यांनी हे खूप सुंदर पद्धतीने आपल्या समोर ठेवले आहे- त्यामध्ये सर्वांत आवश्यक आहे, विसरण्याची प्रक्रिया रोखणे. कारण विसरणे हे सर्वांत लवकर सुरू होते. त्यामुळे संवादाच्या शेवटी आपण विसरण्याची प्रक्रिया खंडित करू शकता. याविषयी मी कधीही ऐकले नाही असे म्हणण्याची वेळ कधीही येत नाही.

आणि जर तुम्हाला एखादे मोठे पाऊल उचलायचे असेल, तर तुम्ही आणखी एक क्लृप्ती करू शकता. हा प्रश्न संवादाच्या शेवटी विचारण्याऐवजी मध्येच विचारावा. या तिन्ही लेखकांच्या मते, 'विचार करणे हे अभ्यासाचेच दुसरे रूप

आहे.' त्यामुळे हा एक क्षण निर्माण करावा आणि तुम्हाला डॉन कॉएल यांच्या 'गहन अभ्यासा'चे स्थान प्राप्त होईल. यात एक पर्याय आहे, टीम मीटिंगच्या सुरुवातीलाच प्रश्न विचारणे. दुसरा पर्याय म्हणजे, कर्मचाऱ्यांसमवेत व्यक्तिगत पातळीवर होणाऱ्या पूर्वनियोजित मीटिंगमध्ये प्रश्न विचारणे, 'मागच्या वेळी जेव्हा आपण भेटलो होतो तेव्हापासून आत्तापर्यंत तुम्ही काय शिकलात?' माझा एक नियम आहे, मी दिवसाच्या अखेरीस 'आय-डन-धिस' नावाच्या एका ॲपचा वापर करतो. मी दिवसभर काय केले एवढेच लिहिण्याऐवजी दिवसभरात मी काय शिकलो आणि त्यातील कोणत्या गोष्टीविषयी मला अधिक अभिमान आहे, याविषयी मी एक-दोन वाक्ये लिहितो.

''तुमच्यासाठी सर्वांत उपयोगी काय होते?'' प्रश्नांच्या सूचीमध्ये हा प्रश्न सर्वांत उच्च स्थानी का आहे?

असे अनेक प्रश्न आहेत जे तुम्ही निर्माण आणि पुनःप्राप्तीच्या प्रक्रियेतील शिकण्याच्या प्रक्रियेशी जोडू शकता. उदा. 'तुम्ही काय शिकलात?', 'मुख्य अंतर्दृष्टी काय होती?', 'तुम्हाला काय लक्षात ठेवायला आवडेल?', 'असे काय आहे जे प्राप्त करणे गरजेचे आहे?' हे असे काही प्रश्न आहेत जे निश्चितपणाने उपयोगी ठरू शकतात. शिवाय हे सर्व प्रश्न चांगलेसुद्धा आहेत.

परंतु अन्य सर्व प्रश्नांच्या तुलनेत 'तुमच्यासाठी सर्वांत उपयोगी काय होते?' हा अधिक सशक्त आणि प्रभावी प्रश्न आहे. 'सर्वांत उपयोगी काय होते?' हा प्रश्न कमीत कमी सहा प्रकारांनी अगदी नेमकेपणाने काम करतो.

संवाद चांगला झालेला असेल असे या प्रश्नाने गृहीत धरलेले असते.

विस्टन चर्चिल यांनी एकदा सांगितले होते की, लोक कधी कधी रडतखडत का होईना, सत्यापाशी येऊन पोहोचतात; परंतु त्यातील बहुतांश उठून जणू काही घडलेच नाही अशा आविर्भावात आपल्या कपड्यावरील धूळ झटकून तत्काळ तिथून निघून जातात. तुमच्या आसपासच्या लोकांशी तुम्ही जो संवाद साधता, त्याबाबतीतही हे लागू पडते. त्यातून आपल्याला चांगले ज्ञान प्राप्त होऊ शकते. परंतु जेव्हा तुम्ही जरा थांबून खोलवर नजर टाकाल, तेव्हाच ते शक्य आहे. जे अगदी अलीकडेच घडले त्या गोष्टीला 'शिकण्याचा प्रश्न' अशा रूपात प्रस्तुत करतो की ते खरोखरीच उपयोगी होते हे लक्षात येते. तसेच हा प्रश्न असा एक क्षण तयार करतो, त्यात जे घडले ते नेमके काय होते, याचा पत्ता लागू शकतो.

जी गोष्ट सर्वांत महत्त्वाची व उपयुक्त होती, त्याची ओळख करून घेण्याविषयी हा प्रश्न सांगतो.

अल्प प्रतिसाद देणे हे अधिक प्रतिसाद देण्यापेक्षा केव्हाही चांगले असते. जर तुम्ही डझनभर गोष्टींमध्ये सुधारणा करण्याविषयी सांगाल, तर कोणीही वैतागून जाईल. त्यामुळे अशी एखादी खरोखरीच लक्षात ठेवण्याजोगी 'मोठी गोष्ट' शोधणे अधिक प्रभावी असते.

सर्वसाधारणपणे हा प्रश्न संवादाच्या एक किंवा दोन प्रमुख अंशांवर समोरच्या व्यक्तीचे लक्ष केंद्रित करण्यामध्ये साहाय्यभूत होतो.

आपण आपल्या प्रश्नांनी रचलेल्या जगामध्येच राहतो.

- डेविड कूपर राइडर

हे प्रश्न संवाद व्यक्तिगत पातळीवर आणतात

एखाद्या प्रश्नाच्या भाषेत 'तुमच्यासाठी' या शब्दाचा अंतर्भाव केल्यास तो प्रश्न व्यक्तिगत आणि वस्तुनिष्ठ दृष्टीने व्यक्तिकेंद्रित बनून जातो. त्यामुळे तुम्ही लोकांच्या मेंदूमध्ये नवे न्यूरल पाथ वे (तंत्रिका पथ) बनवण्यात यशस्वी होता.

आणि हो, तुमच्या दृष्टीने काय उपयोगी आहे, हे तुम्ही सांगण्याऐवजी या प्रश्नामुळे नेमके काय उपयोगी आहे हे तुम्हाला स्वतःहून सांगता. आणि तुमचे सांगणे हे फक्त एखाद्या चांगल्या सल्ल्यासारखे वाटते, त्यापेक्षा अधिक काहीही नाही.

हे प्रश्न तुम्हाला प्रतिसाद देतात.

तुम्हाला समोरच्या व्यक्तीकडून कोणतेही उत्तर मिळो, ते खूप लक्षपूर्वक ऐका, कारण ते फक्त त्यांच्यासाठीच उपयुक्त नाही, तर जे दुसऱ्यांना प्रशिक्षित करतात, त्यांच्यासाठीसुद्धा उपयोगी आहे. असे केल्याने पुढच्या वेळी काय करायचे याचे मार्गदर्शन तुम्हाला मिळेल. तसेच तुम्ही सल्ला देण्यापेक्षा फक्त प्रश्न विचारूनसुद्धा उपयोगी सिद्ध होऊ शकता, याचे आश्वासनसुद्धा (जर तुम्हाला आश्वासनाची गरज असेल तर) मिळून जाईल.

या प्रश्नाचा संबंध शिकण्याशी आहे ना की आकलनाशी...

तुम्ही पाहताय, 'हे उपयोगी होते का?' असे तुम्ही विचारत नाही. कारण या प्रश्नाने फक्त हो किंवा नाही असे उत्तर मिळेल. त्यातून कोणतीही अंतर्दृष्टी मिळणार नाही. ते सरळसरळ आकलन ठरेल. परंतु 'सर्वांत उपयोगी काय होते?' हा प्रश्न विचारल्यानंतर संवादामध्ये जे खरोखरीच मूल्यवान होते, ते बाहेर काढण्यासाठी लोकांना प्रवृत्त करेल.

हा प्रश्न लोकांना आठवण करून देतो की, तुम्ही त्यांच्यासाठी किती उपयुक्त आहात?

शेवटी वार्षिक प्रदर्शन मूल्यांकनाची वेळ येते. एक कर्मचारी आपल्या संगणकाच्या स्क्रीनवर एकटक प्रश्नावली पाहतो आहे. त्याच्या माऊसचा कर्सर हा फिडबॅकच्या ठिकाणी येऊन थांबलेला आहे. 'तुमचा मॅनेजर तुमच्यासाठी उपयुक्त ठरतो आहे का?' या प्रश्नापाशी येऊन तो थांबलेला आहे. तो गेल्या वर्षभराचा विचार करतो आणि त्याला जाणीव होते की त्याच्याशी प्रत्येक वेळी झालेला संवाद त्याच्या दृष्टीने उपयुक्त ठरलेला आहे. तेव्हा मग तो मूल्यांकनामध्ये तुम्हाला सर्वाधिक गुण देतो.

कोचिंगचा बुकएंड... वेगाने सुरुवात आणि मजबुतीने शेवट कसा करावा?

या प्रश्नासह तुम्ही त्या प्रश्नाचा अर्धा भाग पूर्ण करता, ज्याला कोचिंग बुकएंड या नावाने ओळखले जाते.

तुम्ही 'सुरुवातीच्या प्रश्नापासून' सुरुवात करता- 'तुमच्या मनात काय सुरू आहे?'

त्याबरोबर फारसे उपयोगी नसणाऱ्या आणि लक्ष विचलित करणाऱ्या हलक्या फुलक्या गप्पा आणि 'डाटा'मध्ये गुंतून पडण्याऐवजी जी खरोखरीच महत्त्वाची चर्चा होती, त्या भागाकडे तुम्ही आपोआप जाता.

जेव्हा तुमचा संवाद पूर्ण होण्याच्या बेतात आलेला असतो, तेव्हा सगळे उठून जाण्यापूर्वी तुम्हाला महत्वाचा प्रश्न विचारायचा आहे, ''या चर्चेमध्ये तुमच्यासाठी सर्वांत उपयुक्त काय होते?''

या प्रश्नाच्या उत्तरातून अनेक उपयोगी गोष्टी बाहेर येतात. ज्ञान आणि

समज वाढते आणि सोबत शिकण्याची प्रक्रियाही चांगल्या रीतीने होते. यानंतर तुम्हाला संवाद जर अधिक चांगला, समृद्ध बनवायचा असेल आणि परस्परसंबंध अधिक मजबूत करायचे असतील, तर या संवादात तुम्हाला सर्वाधिक उपयोगी काय वाटले, हे आवर्जून सांगा. माहितीचे हे समान आदान प्रदान तुमच्या आणि त्यांच्यातील सामाजिक अनुबंध आणखी सशक्त करेल.

तुमची नवी सवय इथे निर्माण करा...

जेव्हा असे होईल..

तुमचा ट्रिगर (बदल संकेत) असलेले ते क्षण, लोक आणि शक्यतो त्या भावना कागदावर लिहा.

हा प्रश्न कोचिंग बुकएंडचा दुसरा भाग आहे. त्यामुळे तुमचा ट्रिगर आहे, व्यक्तिगत स्वरूपात समोरासमोर होणारी चर्चा असो किंवा सहकाऱ्यांच्या समवेत असो, बॉसच्या सोबत असो, टिमची मीटिंग असो, भाषण दिल्यानंतरची वेळ असो, एखाद्या ग्राहकाच्या समवेत असो किंवा भविष्यातील ग्राहकाच्या समवेत असो, संवादाचा शेवट हा विचारपूर्वक व्हावा. 'अरे देवा, बोलणं तर बंद झालं आहे ' असा विचार जर तुमच्या मनात आला असेल, तर लक्षात घ्या की योग्य वेळ आलेली आहे.

तेव्हा हे करण्याऐवजी ...

जी सवय सोडायची आहे, ती कागदावर स्पष्टपणे लिहून काढा.

विल्यम शेक्सपिअरच्या 'द विंटर्स टेल' या नाटकामध्ये लक्षणीय स्टेज डायरेक्शन असून ते जगात सर्वांत लोकप्रिय आहे. 'बाहेर निघा, अस्वलाला बाहेर हाकलून द्या,' असे वाटते की, बहुतांश संवाद हे असेच संपत असावेत. या संवादात शिकण्याचा प्रश्न विचारण्याऐवजी ते आपले बोलणे थांबवतात, लोकांना सांगतात की ते किती चांगले आहेत आणि आता पुढच्या मीटिंगमध्ये काय होणार, याची काळजी करत बसतात. कारण ही मीटिंग लांबल्याने पुढच्या मीटिंगसाठीदेखील उशीर होतो आहे. ज्या गोष्टीतून काहीतरी मोठी गोष्ट निष्पन्न होते आहे, अशी जाणीव करून न देणाऱ्या आणि खरोखरीच मूल्यवान आहे ते समोर आणण्यास अयशस्वी ठरणाऱ्या गोष्टींमध्ये आपल्याला भाग घ्यायचा नाही.

मी हे करेन...

आपल्या नव्या सवयीचे वर्णन करा.

तुम्ही याविषयी पहिल्यापासून जाणता. 'मग इथे आपल्यासाठी सर्वांत उपयोगी काय होते?' किंवा 'या चर्चेमध्ये सर्वांत मौल्यवान असे तुम्हाला काय वाटले?' किंवा 'इथे सगळ्यात यशस्वी काय होते?' किंवा मग असा कोणताही प्रश्न- ज्यातून लोकांसाठी मौल्यवान असणारे पैलू अधिकाधिक शिकण्यासाठी विचार करून त्यात अधिक स्पष्टता आणण्याचा प्रयत्न केला जातो.

बॉक्स ऑफ क्रेयॉन्स लॅबच्या वतीने ...

या अध्यायासाठी ज्ञानाच्या पुनःप्राप्तीमध्ये विज्ञानाचे महत्त्व सांगितले आहे. त्यामुळे मी लिंडसे यांना त्या संदर्भात काही रंजक आणि मजेदार बाबी शोधण्यास सांगितले. शिकण्याचा प्रश्न इतका यशस्वी व प्रभावी का आहे, हे पाहण्यास सांगितले. त्यांनी मला एका वेगळ्याच दिशेने नेले, ती म्हणजे कोलोनोस्कोपी!

'पीक एंड' या नियमावर डेनियल कानमेन यांनी आणखी काही संशोधने सादर केलेली आहेत. सारांश रूपाने सांगायचे झाले तर, एखाद्या अनुभवाचे मूल्यांकन आपण कशा रीतीने करतो यानुसार, एखाद्या अनुभवातील सर्वांत सकारात्मक पैलू (किंवा सर्वांत नकारात्मक) आणि त्याच्या अंतिम क्षणांचा प्रभाव आपल्या मनावर पडतो. जेव्हा तुमचा पूर्णतेचा अनुभव आनंदात होतो, तेव्हा त्या आधीचेही क्षण आनंदाचेच आहेत, असे वाटते.

या सिद्धांताचे परीक्षण लोकांनी विविध पद्धतीने केलेले आहे. त्यामध्ये सर्वांत सखोल होते कोलोनोस्कोपी! एका अभ्यासामध्ये रुग्णांची पारंपरिक पद्धतीने कोलोनोस्कोपी करण्यात आली. इतर काही रुग्णांवर अन्य संशोधित पद्धतींचा अवलंब करण्यात आला. ज्या रुग्णांवरील कोलोनोस्कोपीचा कालावधी सुमारे एक मिनिट वाढवण्यात आला, परंतु ज्यांनी प्रक्रियेच्या शेवटच्या क्षणांमध्ये कमी वेदना अनुभवल्या, त्यांनी नंतर आठवून सांगितले की, त्यांना १० टक्के कमी वेदना झाल्या. ही पद्धती अन्य प्रतिकूल अनुभवांच्या तुलनेत कमी त्रास देणारी असल्याचेही लोकांनी सांगितले. या उपचारपद्धतीचा वापर करून घेण्यासाठी पुन्हा येण्याची तयारी दाखवणाऱ्या रुग्णांची संख्याही १० टक्के अधिक राहिली.

'इथे तुमच्यासाठी सर्वांत उपयोगी काय होते?' हा प्रश्न कोणताही संवाद

पूर्ण करण्याचा एक सशक्त आणि सकारात्मक मार्ग आहे. या माध्यमातून तुम्ही संवादातील महत्त्वाच्या गोष्टी पाहण्यासाठी आणि त्या अंगीकारण्यासाठी मदत करता. त्याचप्रमाणे संवादामध्ये 'या गोष्टी उपयोगी होत्या' या बिंदूवर येऊन तुम्ही त्यांच्यासाठी तो अनुभव सकारात्मकतेने लक्षात ठेवण्याचे मार्गही खुले करता.

प्रश्नांचा मास्टरक्लास भाग ८

प्रश्न विचारण्यासाठी सर्व माध्यमांचा वापर करा.

आता आपण या पुस्तकाच्या अंतिम टप्प्याकडे आलो आहोत. हे पुस्तक नेमके कशाविषयी आहे, हे एव्हाना तुम्हाला समजले असेल. तुमच्या हाताखाली काम करणारे जे लोक आहेत, जे लोक तुमच्यामुळे प्रभावित होतात किंवा ज्या लोकांशी तुमच्या गाठीभेटी होतात, अशा सर्वांशी संवाद साधण्याचा तुमचा नेहमीचा मार्ग तुम्हाला आता बदलायचा आहे. त्यासाठी संवाद साधताना तुम्ही तुमची जिज्ञासा टिकवून ठेवा. तुमच्या आत बसलेल्या सल्ल्याच्या राक्षसाला लगाम घालायला विसरू नका. लोकांनी त्यांचा पुढचा रस्ता स्वतःच शोधावा म्हणून त्यांना मदत करा. यामध्ये जर त्यांना काही सल्ला-मार्गदर्शन करायचे असेल किंवा आपली समज त्यांच्या बरोबरीला आणायची असेल, तर योग्य वेळी आणि योग्य प्रमाणातच ते करावे.

याखेरीज की-बोर्डवर बोटे चालवण्यात, ई-मेल, इन्स्टंट मेसेज, टेक्स्ट मेसेज पाठवण्यात आपल्या जीवनातील एक मोठा काळ जातो. फेसबुक स्टेटस टाकण्यात आणि ट्विट करण्यामध्ये निष्कारण वेळ जात राहतो. (या मालिकेमध्ये ज्या ज्या इलेक्ट्रॉनिक माध्यमांचा तुम्ही कोणत्या ना कोणत्या प्रकारे वापर करता ती यादी इथे जोडा.)

हे सात प्रमुख प्रश्न संवादामध्ये जितके प्रभावी आहेत तितचे संचार माध्यमांद्वारे होणाऱ्या संवादातसुद्धा प्रभावी ठरतात.

याचा अर्थ हा आहे की, यामुळे तुमच्यासाठी खूप साऱ्या गोष्टी बदलू शकतात. जेव्हा कधी तुम्हाला एखादा लांबलचक मेल येईल, तेव्हा त्याला मार्गी लावण्यासाठी तुम्ही तयार असाल. यापूर्वी एखादा मोठा ई-मेल आला तर तुम्ही एक दीर्घ श्वास घेऊन स्वतःला तयार केले असते, प्रतीकात्मक रूपाने हाताच्या बाह्या सरसावल्या असत्या आणि एक भलेमोठे उत्तर टाईप करायला सुरुवात केली

असती. त्यामध्ये ढीगभर सल्ला, मार्गदर्शन असते. परंतु आता तत्काळ आपले लक्ष केंद्रित करण्यासाठी आणि इनबॉक्सवर कमी वेळ खर्ची घालण्यासाठीसुद्धा या प्रश्नांचा उपयोग करू शकता.

हे प्रश्न लिखित रूपाने विचारल्याने जितके प्रभावी ठरतात, तितकेच मौखिक रूपाने विचारल्यानंतरसुद्धा प्रभावी ठरतात.

ही आहे तुमची नवी सवय

जेव्हा असे होईल...

माझ्या मनातील सल्ल्याच्या राक्षसाला जागा करेल असा एक ई-मेल तुम्हाला जेव्हा येईल.

तेव्हा हे करण्याऐवजी ...

मार्ग सुचवणारे, नव्या विचारांचे, विस्तृत दृष्टिकोनाने परिपूर्ण असे एक लांबलचक व संपूर्ण उत्तर लिहून पाठवण्यापेक्षा किंवा केवळ सल्ला देणारे संक्षिप्त आणि छोटे उत्तर लिहून पाठवण्यापेक्षा...

मी हे करेन...

सात प्रमुख प्रश्नांपैकी कोणता प्रश्न सर्वांत उपयुक्त ठरेल हे मी ठरवेन आणि मग समोरच्याला ई-मेलद्वारे तेवढाच प्रश्न विचारेन.

''वाह, इथे तर बरेच काही सुरू आहे. तुम्हाला काय वाटते, इथे तुमच्यासाठी खरे आव्हान काय आहे?''

''मी तुमचा संपूर्ण ई-मेल वाचला आहे. आता एक किंवा दोन वाक्यांत मला सांगा की आपल्याला नेमके काय हवे आहे?''

''एक विस्तृत उत्तर पाठवण्यापूर्वी मी आपल्याला विचारू इच्छितो, इथे आपल्यासाठी खरे आव्हान काय आहे?''

निष्कर्ष

आपले अस्तित्व वाचवणारा?

मी ऑस्ट्रेलियातील विद्यापीठात विद्यार्थी म्हणून शिकत होतो आणि अजूनही शहरी वातावरणाला पुरेसा रुळलेला नव्हतो.

आता एव्हाना माझ्या लक्षात आले होते की मी एक शहरी मुलगा आहे. माझे हात एखाद्या टायपिस्टच्या हातासारखे कोमल होते आणि माझ्यात 'सारे काही मीच करण्याचा' किंवा 'अस्तित्व वाचवण्यासाठी धडपडण्याचा' कोणताही गुण नव्हता.

तरीही मला वाटत होते की मी जेसन बॉर्न*सारखी व्यक्ती नक्की बनू शकतो. एक अशी व्यक्ती, जिचे बॉडी फॅट केवळ १ टक्का इतकेच आहे आणि जी एखाद्या धोकादायक जागीसुद्धा कोणाचीही मदत न घेता चार-पाच फांद्या आणि मूठभर पानांच्या मदतीने स्वतःला जिवंत ठेवू शकते.

बस, हाच विचार करून मी पुढील तीन दिवसांसाठी ट्रेकिंगला जाण्याची योजना आखली. मी पूर्वी हायकिंग करत असे. त्यामुळे मी काय करतो आहे, याची मला कल्पनाच नव्हती, असे काहीही नव्हते. दहा वर्षांपूर्वी 'स्काऊट बॉय'चे मेडलही मला मिळालेले होते. त्यामुळे ट्रेकिंग हे असे काय मोठे आव्हान असणार, असा विचार मी केला.

अधिक वजनदार

माझ्या पाठीवर जी बॅग होती, त्याचे वजन अवघे ४० पौंडच होते, परंतु पाठीवर घेतल्यानंतर ती मला खूपच वजनदार वाटत होती. त्यातील ९० टक्के

'बॉर्न सिरीज' या मालिकेतील व कादंबऱ्यांतील एक तेजस्वी नायक. मरणाच्या जवळ घेऊन जाणाऱ्या परिस्थितीमध्येसुद्धा स्वतःला वाचवण्याचे कौशल्य त्याच्याकडे आहे.

वजन हे फर्स्ट एड कीटचे आहे हे मी जाणून होतो. रस्त्यात कुठे आपल्याला जखम होऊ नये किंवा तब्येत खराब होऊ नये या विचाराने मी जरा जास्तच सतर्क झालो होतो. त्यामुळेच मी आरोग्याशी संबंधित असणाऱ्या सर्व गोष्टी अगदी साप चावल्यानंतरपासून वीज पडण्यापर्यंत ज्या ज्या गोष्टी उपयोगी ठरू शकतात– त्या सर्व घेतलेल्या होत्या.

घरापासून तीन तास गाडी चालवल्यानंतर सर्किटच्या प्रारंभबिंदूजवळ मी पोहोचलो. मला आता माझी पदयात्रा सुरू करायची होती आणि मी एकदम फ्रेश होतो. वातावरणही सुंदर होते आणि ते बिघडण्याची कुठलीही शक्यता नव्हती. पार्किंगमध्ये आणखी काही कार उभ्या होत्या. ट्रेकिंगच्या वेळी मी एकटाच नसेल हेही मला दिसून आले. या ट्रेकविषयी मी जी काही माहिती मिळवली होती, त्यानुसार हा तितकासा अवघड ट्रेकसुद्धा नव्हता. फक्त मला तीन दिवस एकट्याने चालायचे होते.

सुरुवातीला रस्ता छान लांब आणि स्वच्छ होता. हळूहळू तो अरुंद होत गेला. आणखी वीस मिनिटे चालल्यानंतर रस्ता पूर्णपणे गायब झाला. आता माझ्यासमोर गुडघ्यापर्यंत वाढलेले, चांगले तरारलेले गवत होते. परतताना रस्ता हरवू नये म्हणून आधीच्या ट्रेकर्सनी गवतांना गाठी मारून ठेवल्याचेही दिसत होते. त्या गाठीच मला आता पुढचा मार्ग दाखवत होत्या. परंतु पुढे काही काळाने त्या गाठी दिसणेही बंद झाले.

खरे सांगायचे तर मी स्वतः खूप संभ्रमित झालो होतो. नकाशानुसार रस्ता लांबवर आणि स्पष्ट असायला हवा होता, जो थेट डोंगरावर जातो. परंतु नक्कीच नकाशा चुकलेला होता. माझा रस्ता वरच्या दिशेने जाण्याऐवजी अगदीच समतल होता. खरे सांगू, नकाशामध्ये दाखवला होता तसा तिथे कुठला रस्ता नव्हताच किंवा पुढे जाण्याचे काही स्पष्ट संकेतही नव्हते.

मी रस्ता चुकलो होतो!...

पुढे जाऊ की मागे?

आता माझ्यापुढे दोन पर्याय होते. पहिला म्हणजे मी माझे पाय मागे वळवावेत आणि ज्या मार्गाने आलो, त्या मार्गाने परत जावे. स्वाभाविक आहे, की एक मर्द असल्याने मला हा पर्याय अजिबातच मान्य नव्हता.

दुसरा पर्याय दुःसाहसाने भरलेला, निडर आणि दिलेरपणा दाखवणारा मार्ग

होता. काहीसा माझ्यासारखा. मला आता सरळ चालत डोंगराच्या दिशेने जायचे होते. मी जर हा पर्याय स्वीकारला असता, तर लवकरच सारे काही पार करून मी योग्य रस्त्यावर पोहोचलो असतो.

तेव्हा मी कसा चढलो हे मला तपशिलाने आठवत नाही, परंतु त्याची क्षणचित्रे माझ्या डोळ्यांसमोर आहेत. झऱ्याच्या वर दगडांनी व्याप्त जागी आपले संतुलन टिकवणे, काटेदार झाडीपासून वाचण्यासाठी झोपून रांगत जात ते पार करण्याचा प्रयत्न करणे, पार करताच येणार नाही अशा दाट झाडीच्या समोर आल्यानंतर माघारी फिरणे, सोबतच आपली बॅग घासत नेणे, भीती आणि एकटेपणाची भावना अधिकच वाढत जाणे इत्यादी...

अखेरीस शेवटी मी योग्य रस्त्यावर पोहोचलो. तो तितकाच लांब आणि स्पष्ट होता, जसा नकाशामध्ये दिसत होता. परंतु तोपर्यंत माझ्या शरीरावर अनेक ठिकाणी खरचटले होते आणि जखमाही झाल्या होत्या. मी खूपच थकून गेलो होतो. पार्किंगमध्ये कार लावून आता सात तास उलटून गेले होते. माझी शक्ती आता संपत आली होती. त्यामुळे मी आता तंबू ठोकून तिथेच रात्र घालवण्याचा निश्चय केला. वेळेआधीच मी तंबू ठोकत होतो, परंतु आता मला आरामाची आणि पुन्हा तंदुरुस्त होण्याची खरी गरज होती.

तंबू ठोकल्यानंतर काटक्या पेटवून मी स्वतःसाठी चहा बनवत होतो, तेव्हा मी पाहिले की एक साथीदार ट्रेकर कार पार्किंगच्या दिशेने माझ्याच बाजूला येत होता. तो एकदम ताजातवाना दिसत होता. मी त्याला हाक मारली. दिवसभरातील माझे वाईट अनुभव मला त्याला सांगायचे नव्हते, त्यामुळे मी त्याचे ट्रेकिंगचे अनुभव जाणून घेण्याच्या दिशेने संवाद नेला आणि विचारले की, पार्किंगपासून इथपर्यंतचा रस्ता त्याला कसा वाटला?

'याचे उत्तर देणे जरा अवघड आहे,' असे तो म्हणाला. कारण तिथून इथे पोहोचण्यासाठी त्याला अवघी १५ मिनिटे लागलेली होती.

या किश्श्याचा कोचिंगच्या सवयीशी काय संबंध आहे?

मी एक मॅनेजर म्हणून काम केलेले आहे आणि एक कर्मचारी म्हणूनही. मी मॅनेजरना प्रशिक्षणही दिले आणि त्यांना कोच बनण्याचे प्रशिक्षणही दिले आहे. माझ्या अनुभवानुसार, मॅनेजर आणि त्याच्या कर्मचाऱ्यांमध्ये होणारा बहुतांश संवाद

हा बुडवांग नॅशनल पार्कमधील माझ्या ट्रेकिंगच्या दुर्भाग्यपूर्ण अनुभवासारखाच असतो.

* प्रमाणापेक्षा अधिक ओझे असणे.
* प्रमाणापेक्षा अधिक निश्चितता. आपल्याला कुठे जायचे आणि कसे जायचे, हे पूर्णपणे माहीत आहे असे गृहीत धरणे.
* खूप लवकर मार्गापासून भटकणे.
* पुन्हा योग्य रस्त्यावर येण्यासाठी खूप मेहनत करावी लागणे.
* शेवटी थकून जाणे आणि अपेक्षेपेक्षा फारच कमी मार्ग पार केलेला असणे.

हे विश्लेषण जर तुम्हाला खरे वाटत असेल, तर कोचिंगची सवय विकसित करण्यासाठी तुम्हाला नक्कीच मदत मिळेल. इथे तुम्हाला दिलेले प्रश्न मला सर्वांत प्रभावी वाटतात. मला विश्वास आहे, जर तुम्ही तुमच्या नियोजनाच्या तंत्रामध्ये आणि रोजच्या चर्चेमध्ये त्यांचा समावेश केला, तर कमी प्रयत्नांतसुद्धा तुम्ही अधिक प्रभावी ठराल. तुमचे कर्मचारी, तुमचा बॉस, तुमचे करियर, तुमचे ऑफिस या सगळ्याच्या पलीकडे तुमचे जीवन- तुमचे आभार मानेल.

परंतु खरे गुप्त हत्यार आहे ते म्हणजे जिज्ञासा टिकवून ठेवण्याची सवय विकसित करणे. तुमच्या व्यवहारातील हे बदल सर्वांत उपयोगी ठरतील.

सल्ला-मार्गदर्शन कमी, जिज्ञासा अधिक. आपले स्वतःचे प्रश्न शोधा. आपला स्वतःचा मार्ग विकसित करा. सर्वांत महत्त्वाचे म्हणजे, कोचिंगची आपली स्वतःची सवय विकसित करा.

अतिरिक्त उत्कृष्टतेचा खजिना

'माय वन बेस्ट क्वेश्चन' व्हिडिओ सिरीज

आता तुम्ही माझ्या आवडीच्या सात प्रश्नांशी परिचित झालेले आहात. परंतु आणखी कितीतरी उत्तम प्रश्न आहेत, जे लोकांनी शोधून काढलेले आहेत.

आपण आपल्या 'माय वन बेस्ट क्वेश्चन' प्रकल्पांतर्गत बिझनेस लीडर, एक्झिक्युटिव्ह कोच, प्रतिभाशाली लेखक आणि प्रभावी विचारांना प्रोत्साहन देणाऱ्या व्हिडिओच्या माध्यमातून आपला म्हणून एक सर्वश्रेष्ठ प्रश्न साकारावा असे सांगत आलो आहोत.

त्यात बेव काये, पॅम स्लीम, मायकल पोर्ट, जिम कॉजेस, लेस मॅककेन, लीसा, बॉडेल, वॉरेन बर्जर, टेरेसा एमाबिल यासारख्या सर्वोत्कृष्ट पुस्तक विक्री असलेल्या लेखकांचा समावेश आहे. त्याचप्रमाणे युबीएस, टेल अस, टॉयज 'आर' अस, बीबीडीओ, एडोब, आयईएचजी, टी मोबाइल यांसारख्या प्रतिष्ठित कंपन्यांचे वरिष्ठ अधिकारीही सहभागी झालेले होते.

या व्हिडिओ सिरीजमधील सारे भाग पाहण्यासाठी खाली दिलेल्या लिंकवर जावे. http://www.boxofcrayons.biz/category/best-question/

जर कोणताही प्रश्न मूर्खपणाचा नसता तर मूर्ख लोकांनी कोणते प्रश्न विचारले असते? केवळ प्रश्न विचारण्यापुरते ते अचानक बुद्धिमान झाले असते?

- स्कॉट ॲडम्स

आभार

पुस्तकाच्या शेवटी आभार मानणे हे चिंता वाढवणारे काम आहे. कारण पुस्तक पूर्ण होताना तुम्हाला जाणवते की किती लोकांनी तुम्हाला मदत केलेली आहे आणि तुमची स्मरणशक्ती किती कमजोर आहे. मला कल्पना आहे आत्ता आभार मानतानासुद्धा मी ज्यांचे नाव विसरू नये अशांपैकी काहींची नावे मी नक्की विसरेन. जर ते तुम्ही असाल तर कृपया मला क्षमा करा.

हे पुस्तक लिहिण्यासाठी मला चार वर्षांपेक्षा अधिक काळ लागला. या काळात मी याचे तीन ड्राफ्ट लिहिले. ते काही फारसे चांगले नव्हते. त्यामुळे हे पुस्तक लोकांना उपयोगी ठरेल असे आणि त्याचवेळी भव्य बनवण्यासाठी त्यामागे खूप लोकांचे प्रोत्साहन, उत्साह आणि प्रतिभा निश्चितपणाने आहे.

या पुस्तकाच्या तीन वाईट ड्राफ्टवर आपली प्रतिक्रिया देऊन माझी मदत करणाऱ्यांमध्ये जिल मर्फी, केट लेई, जेन लाऊडेन, पॅम स्लीम, मायकल लेकी, कॅरेन राईट, एरिक क्लेन, मॉली गॉर्डन, मार्क सिल्वर, वेनिटा इंडेवी आणि गन स्टेनियर यांचा समावेश आहे. या सगळ्यांनी मला पुढे जाण्यासाठी प्रोत्साहित केलेच, परंतु त्याच्या जोडीला हलक्या वा कमी दर्जाचे काम होण्यापासूनदेखील वाचवले. वर्कमॅनमधील सूजेन बोलोटिन आणि ब्रूस ट्रेसी यांनी पहिले तीन ड्राफ्ट नाकारले. हे माझ्यासाठी अर्थातच खूप चांगले झाले. लिंडसे मिलर, एलिजाबेथ वूडवर्थ यांनी आपल्या सखोल आणि व्यावहारिक शोधाच्या माध्यमातून माझ्या कामाला एक मजबूत आधार देण्याच्या बाबतीत खूप मोठी मदत केली.

या पुस्तकाला एक सुंदर रूप देण्यासाठी मला एक शानदार संपादकीय टीम आणि डिझाईन टीम मिळाली होती. ओलिव्हर एडिटोरियल सर्व्हिसेसच्या कॅथरीन ओलिवर यांनी मला कितीतरी वेळा विषयापासून भरकटताना वाचवले. या शिवायसुद्धा त्यांनी माझी बरीच मदत केली. तीन-चार वेळा संपादन करून त्यांनी या पुस्तकाला एक साजेसे रूप दिले आणि अनेक मोठ्या व महत्त्वपूर्ण गोष्टींसह अनेक बारीकसारीक गोष्टींवरही काम केले. (त्यामुळे सेथ यांनाही खूप धन्यवाद.) जुडी फिलीप यांनी त्यांच्या बारीक नजरेने पुस्तकाचे मुद्रितशोधन केले. पेज टूचे माझे पब्लिशिंग कन्सल्टंट जेसी फिंकलस्टिन आणि मेगन जोन्स

यांनी अगदी मुरलेल्या व्यावसायिकांप्रमाणे सेल्फ पब्लिशिंगच्या जगामध्ये पुढे जाण्यासाठी आम्हाला मदत केली. पीटर कॉकिंग यांनी पुस्तकाचे डिझाईन करून त्याला एक भव्यता आणि उत्तम शैली प्रदान केली. या पुस्तकातील आशयासमवेत त्याच्या डिझाईनसाठीसुद्धा हे पुस्तक मला आवडले आहे. पुस्तकाचे उपशीर्षक माझे जवळचे सहकारी मार्क बॉडेन यांनी दिले. ते खरोखरीच उपयुक्त ठरले.

'बॉक्स ऑफ क्रेयॉन्स'मध्ये आमच्याकडे इतकी चांगली संशोधक टीम आहे, यासाठी आम्ही स्वतःला खूप भाग्यवान समजतो. जगात आपले स्थान निर्माण करण्यासाठी ही संस्था काम करते. यासाठी शार्लोट ले, डेनिस एडने, एन गार्जा-रॉबिलॉर्ड, पीटर हॅच, सोनिया गबाला, सिल्वाना ला सेल्व, अर्नेस्ट ओरिएंड, रोना बिनेरबम, वॉरेन मॅक्केन, फ्रँक मेरॉन या सगळ्यांना माझे धन्यवाद. 'पॉपलोगिक'चे रॉबर्ट काब्वे यांनाही माझे विशेष धन्यवाद. या पुस्तकाचे डिझाईन करण्यात त्यांनी माझी मदत केली. स्टॅन मॅक्गी यांनाही धन्यवाद. त्यांनी पुस्तक प्रकाशन सोहळ्याच्या मार्केटिंगची योजना तयार करण्यात आणि ती कार्यान्वित करण्यात आमची खूप मदत केली.

'बॉक्स ऑफ क्रेयॉन्स' हे व्यस्त मॅनेजर लोकांना दहा मिनिटांचे कोचिंग शिकवण्यात वाकबगार आहेत. आमच्या कार्यक्रमाची सूत्रे ही अतिशय कुशल प्रशिक्षकांच्या हातात असतात. त्यासाठी आमच्या वर्तमान प्रशिक्षकांमध्ये ली बेलेयर, हेलेन बेलेरोज, जॅमी ब्रॉटन, टीना डायस, जॉनथन हिल, लेनी लुईस आणि सूजेन लिन यांना माझ्याकडून धन्यवाद. या सगळ्यांविषयी माहिती प्राप्त करण्यासाठी तुम्ही BoxOfCrayons.biz वर जाऊन पाहू शकता.

एकदा कुणीतरी सांगितले होते, की प्रत्येक यशस्वी व्यक्तीच्या मागे एक महिला असते. माझ्या मागे एव्हरीथिंग एल्सच्या वाईस प्रेसिडेंट मार्सेला बंग स्टेनियर आणि आयसीयू (इंटरनल क्रेयॉन्स युनिट) च्या प्रमुख मेर्लीन एल्डेम ायर या दोन महिला खंबीरपणे उभ्या होत्या. या दोघींचे समर्थन, प्रेम आणि प्रोत्साहनासाठी मी शतशः ऋणी आहे.

लेखकाचा परिचय

'माझे नाव आहे मायकल. मी एका पायावर उड्या मारू शकतो. एका पायावर उड्या मारताना तुम्हाला मला पाहायचे आहे का?' मायकल हे जेव्हा केवळ तीन वर्षांचे होते, तेव्हा अनोळखी व्यक्तींना आपली अशी ओळख करून देऊन ते अचंबित करीत असत. त्यांचा विस्तारित परिचय पुढीलप्रमाणे :

BoxOfCrayons.biz वर तुम्ही मायकल यांच्याबाबत विविध गोष्टी जाणून घेऊ शकता. जर त्यांच्या जीवनातील मजेदार किश्श्यांमध्ये तुम्हाला रस असेल तर ऐका. मायकल हे जेव्हा कामगार म्हणून काम करीत असत, तेव्हा डोक्यात फावडे बसल्याने ते बेशुद्ध पडले होते. लेखक म्हणून त्यांना जीवनातील पहिला चेक एका प्रेमकहाणीसाठी मिळाला होता. त्याचे शीर्षक होते, 'द मेल डिलिव्हरी'. लॉ स्कूलमधील अभ्यासादरम्यान त्यांनी 'सिंक्रोनाईज्ड न्यूड मेल मॉडलिंग' नावाच्या एका लघुनाटकामध्ये काम करून रंगभूमीवरही आपली झलक दाखवली आहे. रोडस् स्कॉलर बनण्याचे आणि ऑक्सफर्डमध्ये गेल्यानंतर त्यांना गांभीर्याने न घेणाऱ्या एका कॅनेडियन मुलीला भेटणे आणि तिच्याशी लग्न करणे हे अपयशाचे कारण ठरले.

लिंक्डइनद्वारे आपण मायकल यांना भेटू शकता. ज्याचे उपनाव बंगे स्टेनियर आहे, असे ते एकमेव व्यक्तिमत्त्व आहे. त्यामुळे त्यांना शोधणे खूप सोपे आहे.

तुमच्या कंपनीमध्ये 'कोचिंगची सवय' आणा

२००८ सालापासून आत्तापर्यंत बॉक्स ऑफ क्रेयॉन्सच्या माध्यमातून दहा हजारांहून अधिक मॅनेजर लोकांना दररोजच्या कोचिंगसाठी व्यावहारिक साधन उपलब्ध करून देण्यात आले आहे. तुमचे मॅनेजर आणि लीडरसुद्धा जर दहा मिनिट किंवा त्यापेक्षा कमी वेळेत कोचिंग देऊ शकले, तर आणखी काय हवे?

एक पायाभूत कौशल्य

कोचिंग तुमची एकाग्रता आणि क्षमता वाढवण्यात साहाय्यभूत ठरते. दबाव आणि अवलंबित्व दूर करण्यास मदत करते. परस्परांमधले नाते व प्रभाव सक्रिय करण्यात मदत करते, परंतु खूप चांगली इच्छाशक्ती असतानादेखील व्यवस्थापनाच्या जुन्यापुराण्या आणि कंटाळवाण्या विचारधारेत अडकलेले मॅनेजर आपण पाहतो. 'कर्मचाऱ्यांना विचारण्याऐवजी त्यांना सांगणे, आपल्या समस्या सोडवण्यासाठी, मदत करण्याऐवजी त्यांच्या समस्या सोडवण्यात गुंतून जाणे.'

त्यामुळे केवळ 'आणखी अधिक कोचिंग देणाऱ्या' सिद्धांतांनी, मॉडेल्सनी किंवा संबोधनांनी हे सगळे प्रश्न सुटणार नाहीत. मॅनेजर आणि लीडर यांचे व्यवहार, वर्तन बदलण्यासाठी आपण त्यांना मदत करायला हवी. त्यामुळे कोचिंगसंबंधातील त्यांचे व्यवस्थापनाचे तंत्र हे नियमित आणि उपयोगी बनू शकेल असे मार्गदर्शन मिळायला हवे.

तुमच्या मॅनेजरना 'कोचिंगची सवय' शिकवा

'कोचिंगची सवय' हा एक अभिनव व पुरस्कारविजेता कार्यक्रम आहे. तो व्यवहारामध्ये तीन प्रकारचे बदल आणतो.

पहिला, यात भाग घेणाऱ्या प्रत्येकाला समजते की प्रत्येक गोष्टीत आपण तत्काळ उडी का घेतो आणि त्यानंतर सल्ला देऊ लागतो किंवा समस्या सोडवण्यासाठी प्रयत्न करीत बसतो. त्यांना हेही लक्षात येते की त्यांच्या या

व्यवहाराने त्याची किंमत सर्वांनाच मोजावी लागते. त्या संदर्भात नवी समज प्राप्त केल्यानंतर सल्ला देण्याच्या मागे सक्रिय असणारा ट्रिगर (संकेत) कमजोर करणे काही प्रमाणात सोपे होते. संधी मिळाल्यानंतर मॅनेजर कोचिंगच्या आपल्या नव्या कौशल्यांचा उचित वापर करू शकतात.

दुसरा म्हणजे, प्रत्येक दुसऱ्या दिवसासाठी मॅनेजर लोकांना तयार करण्यासाठी आम्ही कोचिंगचे निवडक मार्गही सुचवतो, त्यामुळे त्यांची एकाग्रता, परस्परसंबंध आणि प्रभाव वाढतो. नव्या अंतर्दृष्टीला नव्या सवयींमध्ये कसे बदलता येऊ शकते, हेही आम्ही त्यांना सांगू शकतो.

व्यावहारिक स्तरावर याचा प्रत्यक्षात लाभ होतो आहे हे मी पाहतो आहे. सर्वसाधारणपणे व्यावसायिक वातावरणात हे सारे पाहण्याची संधी मिळत नाही. याचबरोबर त्यांची नेतृत्वक्षमता वाढून अधिक चांगली व्हावी म्हणून आत्मजागरूकतेचा स्तरही वाढल्याचे लक्षात येते आहे.

– टॉड गिलक्रिस्ट

एसवीपी, एचआर, कॅपिटल पॉवर

शाश्वत शिकवण

'कोचिंगची सवय' ही एक अत्यंत संवादपूर्ण, व्यावहारिक आणि मजेदार संकल्पना आहे. नवनवीन मनोवैज्ञानिक अंतर्दृष्टी आणि तंत्रिका विज्ञानावर ते आधारित आहे. तुम्ही जे काही शिकता, ते शाश्वत बनण्यासाठी ते मदत करते.

टीडी बँक, युएसबी, एलिसडॉन, फिडेलिटी इन्व्हेस्टमेंट्स, एस्ट्राजेनेका, लो'ज, नोकिया यासारख्या कंपन्यांनी 'कोचिंगची सवय' आत्मसात केली असून कंपनीच्या विकासातील एक महत्त्वपूर्ण भाग बनवला आहे.

माझी अपेक्षा असते की परिणाम चटकन मिळावेत... आणि या कार्यक्रमातून मला खरोखरीच लगेच परिणाम मिळाले. या माध्यमातून शिकलेल्या गोष्टी कशा रीतीने प्रभावी ठरतात आणि शाश्वत ठरू शकतात, हे मला आता समजले आहे.

– मेरी क्रेआ

डायरेक्टर ऑफ टॅलेंट, हॉरिजॉन ब्लू क्रॉस, ब्लू शिल्ड

अधिक माहितीसाठी तुम्ही BoxOfCrayons.biz वर जाऊ शकता किंवा inquiry@BoxOfCrayons. वर आमच्याशी थेट संपर्क साधू शकता.

तेजज्ञान फाउंडेशन - परिचय

तेजज्ञान फाउंडेशन आत्मविकासातून आत्मसाक्षात्कार प्राप्त करण्याचा एक मार्ग आहे. यासाठी सरश्रींद्वारा एक अनोखी बोधप्रणाली (System for Wisdom) निर्माण झाली आहे. या प्रणालीला आंतरराष्ट्रीय प्रमाणपत्राद्वारे ISO 9001:2015च्या आवश्यकतेनुसार आणि निकष पडताळून सरळ, व्यावहारिक आणि प्रभावी बनवलं गेलं आहे.

या संस्थेच्या प्रबोधनपद्धतीच्या भिन्न पैलूंना (शिक्षण, निरीक्षण आणि गुणवत्ता) स्वतंत्र गुणवत्ता परीक्षकांद्वारे (Quality Auditors) क्रमबद्ध पद्धतीने पडताळलं गेलं. त्यानंतर या पैलूंना ISO 9001:2015 साठी पात्र समजून या बोधपद्धतीला हे प्रमाणपत्र प्रदान करण्यात आलं.

या फाउंडेशनचे लक्ष्य आहे नकारात्मक विचारांकडून सकारात्मक विचारांकडे वाटचाल. सकारात्मक विचारांकडून शुभ विचारांकडे म्हणजे हॅपी थॉट्सकडे प्रगती. शुभ विचारांकडून निर्विचार अवस्थेकडे मार्गक्रमण आणि निर्विचार अवस्थेच्या अंती आत्मसाक्षात्कार प्राप्ती. 'मी सर्व विचारांपासून मुक्त व्हावे' हा विचार म्हणजे शुभ विचार (हॅपी थॉट्स). 'मी प्रत्येक इच्छेपासून मुक्त व्हावे', अशी इच्छा म्हणजे शुभ इच्छा.

आपल्याला असे ज्ञान हवे आहे, की जे सामान्य ज्ञानापलीकडे आहे, जे प्रत्येक समस्येवरील उत्तर आहे, जे प्रत्येक समजुतीपासून, गृहीत धारणांपासून आपल्याला मुक्त करते, ईश्वरी साक्षात्कार घडविते, अंतिम सत्यात स्थापित करते. आता वेळ आली आहे शाब्दिक, सामान्यज्ञानातून बाहेर येऊन तेजज्ञानाचा अनुभव घेण्याची!

महाआसमानी - अल्प परिचय

Self Delelopment to Self Realization

Towords Self Stabilizaion

तुम्हाला सर्वोच्च आनंद हवाय? असा आनंद, जो कोणत्याही बाह्य कारणावर अवलंबून नाही... जो प्रत्येक क्षणी वृद्धिंगत होतो. या जीवनात तुम्हाला प्रेम, विश्वास, शांती, समृद्धी आणि परमसंतुष्टी हवी आहे का? शारीरिक, मानसिक, सामाजिक, आर्थिक आणि आध्यात्मिक अशा आयुष्याच्या सर्व स्तरांवर यशस्वी होण्याची तुमची इच्छा आहे का? 'मी कोण आहे' हे तुम्हाला अनुभवाने जाणावंसं वाटतं का?

तुमच्या अंतर्यामी अशा सर्व प्रश्नांची उत्तरं जाणण्याची इच्छा आणि 'अंतिम सत्य' प्राप्त करण्याची तृष्णा असेल, तर तेजज्ञान फाउंडेशनतर्फे आयोजित 'महाआसमानी शिबिरा'त तुमचं स्वागत आहे. हे शिबिर सरश्रींच्या मार्गदर्शनावर आधारित आहे.

महाआसमानी परमज्ञान शिबिराचा उद्देश :

विश्वातील प्रत्येक मनुष्यानं 'मी कोण आहे', या प्रश्नाचं उत्तर जाणून तो सर्वोच्च आनंदाच्या अवस्थेत स्थापित व्हावा, हाच या शिबिराचा मुख्य उद्देश आहे. प्रत्येकाला असं ज्ञान प्राप्त व्हावं, जेणेकरून त्यानं प्रत्येक क्षणी वर्तमानात जगण्याची कला आत्मसात करावी. तो भूतकाळाचं ओझं आणि भविष्याची चिंता यांतून मुक्त व्हावा. प्रत्येकाच्या आयुष्यात कधीही न संपणारा आनंद आणि योग्य समज यावी. शिवाय, प्रत्येकानं समस्या विलीन करण्याची कला आत्मसात करावी. मनुष्यजन्माचा उद्देश सफल व्हावा.'मी कोण आहे? मी येथे का आहे? मोक्ष म्हणजे काय? या जन्मातच मोक्षप्राप्ती शक्य आहे का?' असे प्रश्न जर तुमच्या मनात असतील, तर त्यांवरील उत्तर आहे- 'महाआसमानी परमज्ञान शिबिर'.

तेजज्ञान फाउंडेशनच्या मुख्य शाखा

पुणे : (रजिस्टर्ड ऑफिस)

विक्रांत कॉम्प्लेक्स, तपोवन मंदिराजवळ, पिंपरी, पुणे : 411 017.
फोन : (020) 27412576, 27411240

मनन आश्रम

सर्व्हे नं. 43, सणस नगर, नांदोशी गांव,
किरकटवाडी फाटा, तालुका : हवेली,
जि. पुणे : 411 024. फोन : 09921008060

*** तेजज्ञान इंटरनेट रेडिओ ***

तेजज्ञान इंटरनेट रेडिओद्वारे 24 तास 365 दिवस, सरश्रींच्या प्रवचन आणि भजनांचा लाभ घ्या. त्यासाठी पाहा लिंक –
http://www.tejgyan.org internetradio.aspx

Tejgyan Internet Radio on all platforms like Android, iPhone, iPad and Amazon

---

यूट्युबच्या साहाय्यानेदेखील सरश्रींच्या प्रवचनांचा लाभ घेऊ शकता.
आजच यूट्युब चॅनलला सबस्क्राइब करा.

YouTube channels

Happy Thoughts - Tejgyan channel
Sirshree - Tejgyan channel

*****Voice of Happy Thoughts App**

Registration link : https://happythoughts.co/
Contact No. : 7447797317

• Follow Us •

Free apps - U R Meditation **e-mail** - mail@tejgyan.com

*** नम्र निवेदन ***

विश्वशांतीसाठी लाखो लोक दररोज सकाळी आणि रात्री 09:09 मिनिटांनी प्रार्थना करत आहेत. कृपया, आपणही यामध्ये सहभागी व्हा.

www.ingramcontent.com/pod-product-compliance
Lightning Source LLC
LaVergne TN
LVHW040443051026
849517LV00002B/731
9789390607723